ജീവകാരുണ്യം

Nadakkavu, Kozhikode, Kerala, 673011
www.insightpublica.com
e-mail: insightpublica@gmail.com
JEEVAKARUNYAM
(Malayalam)
Author: **MANOJ**
First Edition: October 2024
Copyright © Reserved
All rights reserved.
Printed and Published by
InsightinPublica Printers & Publishers Pvt. Ltd.
ISBN 978-93-5517-748-3
₹120

ജീവകാരുണ്യം

മനോജ്

INSIGHT PUBLICA

1956 മെയ് 6ന് പാലക്കാട് ജില്ലയിൽ കഞ്ചിക്കോട്ടിൽ ജനിച്ചു. ആത്മാ ന്വേഷണത്തിന്റെയും സ്വത്വാന്വേഷണത്തിന്റെയും ഭാഗമായി കോളേജ് വിദ്യാഭ്യാസവും ജോലിയും ഉപേക്ഷിച്ചു. മിന്നാമിനുങ്ങുകൾ മെഴുകു തിരികൾ എന്ന നോവലിന് ദേശാഭിമാനി സ്റ്റഡി സർക്കിൾ അവാർഡ് ലഭിച്ചു. തുടർന്ന് ജീവിക്കുന്നവരുടെ ശ്മശാനം, കാട്ടാളൻ, കാലാവധി, വേദാരണ്യം, സത്യവാഗീശ്വരൻ, സമാന്തരയാത്രകൾ, രാക്ഷസകുലം, ദേഹവിയോഗം, ജ്ഞാനയോഗം, ജീവകാരുണ്യം എന്നീ കൃതികൾ പ്രസിദ്ധീകരിച്ചു. കോയമ്പത്തൂർ കേരള കൾച്ചറൽ സെന്ററിന്റെ 2013-ലെ സാഹിത്യ അവാർഡ് ലഭിച്ചിട്ടുണ്ട്. വാക്കറിവ് മാസികയുടെ പത്രാധിപ രായിരുന്നു. ഭാര്യ സുഖലത.

വിലാസം: 'ഗയ', പോസ്റ്റോഫീസിനു സമീപം,
കൊല്ലങ്കോട്-678 506, പാലക്കാട്.

മനോജ്

Contents

ഒന്ന്

കാൽമുട്ടിന് തരിപ്പം ഞരമ്പുകളിൽ പടരുന്ന വേദനയും അസഹ്യമായി തുടർന്നപ്പോൾ അതെല്ലാം വാർദ്ധക്യത്തിന്റെ ലക്ഷണങ്ങളാണെന്ന് അനന്തകൃഷ്ണൻ കരുതി. കണ്ണാടിയിൽ നോക്കിയ അയാൾ പോയകാലത്തിന്റെ മാംസളമായ ശരീരപ്രകൃതങ്ങളെ വീണ്ടെടുക്കാൻ ശ്രമിച്ചു. ചെറുപ്പത്തിന്റെ പ്രസരിപ്പുകളെ ഉപേക്ഷിക്കുന്ന ഇടവിട്ട് നരച്ച താടി രോമങ്ങളേയും നെറ്റികയിൽ വ്യാപിക്കുന്ന കഷണ്ടിയേയും അയാൾ കണ്ടെത്തി. നടക്കുമ്പോഴുള്ള കിതപ്പും വിയർപ്പും ഞരമ്പുകളെ പ്രകോപിപ്പിച്ച് പടരുന്ന വേദനയും പ്രായാധിക്യത്തിന്റെ ലക്ഷണങ്ങളാകുന്നു. ഇപ്പോൾ അനന്തകൃഷ്ണന് മുപ്പത്തൊമ്പതു കഴിഞ്ഞിരിക്കുന്നു.

ജീവിതത്തിന്റെ ബദ്ധപ്പാടുകളിൽ മുഴുകി വേദനയെ അവഗണിക്കമ്പോഴും അനന്തകൃഷ്ണന്റെ ഞരമ്പുകൾ ആക്രമണങ്ങൾക്കും പ്രത്യാക്രമണങ്ങൾക്കും വിധേയമായി. ലോവർപ്രൈമറി അദ്ധ്യാപകനായ അയാൾ കായികമായും മാനസികമായും ശാന്തത അനുഭവിച്ചതാണ്. അടിത്തറയുടെ സമ്പന്നതയിൽ സമൃദ്ധികൾക്ക് നടക്കാണ് അയാളുടെ ജീവിതം. ഭാഗംവെച്ചാൽ പത്തേക്കർ കൃഷിഭൂമിയുടെ അവകാശി. ഇരുപത് അദ്ധ്യാപകരുള്ള പ്രൈമറി സ്ക്കൂൾ മാനേജരുടെ മൂത്തമകൻ. അനുജൻ നഗരത്തിൽ പോലീസുകാരനായി കുടുംബത്തോടെ ജീവിക്കുന്നു. വിവാഹിതയും സാമ്പ്രദായിക ചടങ്ങുകളിൽ ജീവിക്കുന്ന വളമായ പെങ്ങളും കുട്ടികളും. പ്രായത്തിന്റെ മടക്കംവെയ്ക്കലുകളില്ലാത്ത ആരോഗ്യമുള്ള അച്ഛനും അമ്മയും. ദുരിതങ്ങളുടെ അമിതഭാരമില്ലാതെ ജീവിച്ച അനന്തകൃഷ്ണൻ സ്വാഭാവികരീതികളുടെ വഴിമാറ്റങ്ങളെ

വാർദ്ധക്യത്തിന്റെ സൂചനകളായി തന്നെ കരുതി.

പ്രസരിപ്പുകളെ ഇറക്കിവെച്ച നാല്പതുകഴിഞ്ഞ അദ്ധ്യാപകരെല്ലാം അനന്തകൃഷ്ണന്റെ സംശയങ്ങളെ സ്ഥിരപ്പെടുത്തുകയാണ്. പത്മിനിടീച്ചർ കടന്നുവരുമ്പോൾ വൈദ്യശാലയുടെ മണം നിറഞ്ഞൊഴുകും. ഇടർച്ച യായി ക്ലാസ്സെടുത്തു തളർന്നുകിതച്ചിരിക്കുന്ന സൗമിനി ടീച്ചർ വായു ആഞ്ഞുവലിച്ച് ശ്വസിക്കാൻ ബദ്ധപ്പെടുന്നു. വാക്കുകളോടു ശൂന്യമായി പ്രതികരിക്കുന്ന അവരുടെ ചെവിയും കാഴ്ചകളെ മഞ്ഞുമറയാക്കുന്ന കണ്ണുകളും കാലത്തിന്റെ നിശ്ചയങ്ങളെ വിളിച്ചറിയിക്കുന്നു. രക്തസ മ്മർദ്ദത്തിന്റേയും പ്രമേഹത്തിന്റേയും ബാധയേറ്റ് വിവശരായവരാണ് പല അദ്ധ്യാപകരും. അവർ പുറമേയ്ക്ക് ബലിഷ്ഠരായി ചെറുപ്പത്തിന്റെ അവശിഷ്ടങ്ങളെ കൊണ്ടു നടക്കുന്നു.

ഞരമ്പുകളിലെ വേദന കാൽമുട്ടുകളുടെ ബലക്ഷയമായി തീരുമ്പോൾ അനന്തകൃഷ്ണൻ വീണ്ടും വീണ്ടും സംശയങ്ങളുടെ കെട്ടുപൊട്ടിക്കുന്നു. തറയും പറയും ബോർഡിൽ എഴുതിയും ഉണ്ണികളുടെ ചുവന്ന വിരലുകളെ അക്ഷരങ്ങളുമായി പരിചയപ്പെടുത്തിയും ജീവിച്ച അനന്തകൃഷ്ണൻ പലപ്പോഴും അസഹ്യമായ വേദനയോടെ മുരണ്ടു. ശാന്തനും സാത്വി കനുമായ അയാൾ പതിവിനു വിപരീതമായി ഉണ്ണികളോട് ക്രൂരമായി പെരുമാറി.

സ്റ്റാഫ്റൂമിലെ ചർച്ചകളെ പലപ്പോഴും അനന്തകൃഷ്ണൻ വഴിതിരിച്ച വിട്ടു. ലോകവിചാരങ്ങളിൽനിന്നും നാട്ടുവിശേഷങ്ങളിൽനിന്നും മറ്റുള്ള വരുടെ ശ്രദ്ധതിരിച്ച് വാർദ്ധക്യത്തിന്റെ മാറ്റംവെയ്ക്കലുകളെ അറിയാൻ അയാൾ തയ്യാറായി.

അനന്തകൃഷ്ണനെ ഉഴിഞ്ഞുനോക്കി വിധി നിശ്ചയിച്ച ഉണ്ണിക ഷ്ണൻമാഷ് പുത്തൻ കണ്ടെത്തലിന്റെ വിചാരത്തോടെ അയാളുടെ ഉള്ളംകൈ പരിശോധിച്ചു. ചുവപ്പ രാശി വറ്റിയ കൈപ്പടം മഞ്ഞകട ലാസ്സുപോലെ വിളർത്തിരിക്കുന്നു. കണ്ണുകൾ ആഴങ്ങളിലേക്ക് പിൻവാ ങ്ങിയതോടെ വാക്കുകൾ അശക്തമായി ഇടതടഞ്ഞു വീഴുന്നു.

'തനിക്കും വയസ്സായിരിക്കുന്നു. വാർദ്ധക്യത്തിന്റെ ലക്ഷണങ്ങളാണ് തന്നെ ബാധിച്ചിരിക്കുന്നത്. വാർദ്ധക്യത്തേയും മരണത്തേയും മനുഷ്യ ര്ക്ക് തട്ടക്കാൻ കഴിയുന്നതുമല്ല'.

'വാർദ്ധക്യം മനസ്സിനെ ബാധിക്കരുത്. വാർദ്ധക്യം അറിയാത്തവ രും മനസ്സിൽ പതിനേഴ നിറഞ്ഞവരും ഇവിടെയുമുണ്ടല്ലോ!'

വാക്കുകളുടെ ലക്ഷ്യം തിരിച്ചറിഞ്ഞ് നിഗൂഢമായ സൂചകങ്ങളെ പിടിച്ചെടുത്ത പത്മാക്ഷൻ മാഷ് രുചിയോടെ വായിച്ചുകൊണ്ടിരുന്ന

 ജീവകാരുണ്യം

വാരിക അടച്ച് എണീറ്റ. അയാളുടെ നാല്പത്തേഴു കഴിഞ്ഞ മുഖം ചുവന്നും വിയർത്തും രൗദ്രമായി.

'അത് എന്റെ കഴിവാണെന്ന് താൻ കരുതിയാൽ മതി. എന്റെ മുഖത്തുനോക്കി ഒരു പെണ്ണും എന്നെ തള്ളിപറഞ്ഞിട്ടില്ല'.

ജാരബന്ധത്തിന്റെയും രഹസ്യാനുഭവങ്ങളുടേയും വെളിച്ചത്താക്ക ലുകളെ കണ്ട അനന്തകൃഷ്ണൻ ഏറ്റുമുട്ടലുകളെ ഒഴിവാക്കാൻ സംഭാഷ ണങ്ങളെ വഴിതിരിച്ചവിട്ടു.

'എന്റെ സംശയങ്ങളെ നിങ്ങൾക്ക് ഇതുവരെ തീർത്തുതരാനായി ട്ടില്ല. കുറേ ദിവസമായി എന്റെ മനസ്സിനും ശരീരത്തിനും വല്ലാത്ത ക്ഷീണമാണ്. പ്രായമായ തോന്നലും ശരീരത്തിന്റെ ക്ലേശങ്ങൾ വേറേയും. ഇടവഴി കടന്ന് സ്ക്കൂളിലെത്താൻ വല്ലാതെ വിഷമിക്കുന്നു. കാൽമുട്ടുകളും വണ്ണകളും വേദനകൊണ്ട് സ്തംഭിക്കുന്നതുപോലെ. ഒന്നു നിന്നാലെ വീണ്ടും നടക്കാൻ കഴിയൂ'.

'വാർദ്ധക്യവും കാലത്തിന്റെ നീതികളും അനന്തൻമാഷിനെ കീഴ്പെ ടുത്തി കഴിഞ്ഞു. ഇതൊന്നും രോഗലക്ഷണങ്ങളല്ല. പ്രായാധിക്യത്തിന്റെ ലക്ഷണങ്ങളാണ്. ഇനി ജീവിതത്തിന് ചില ചിട്ടപ്പെടുത്തലുകളും നിർബ ന്ധങ്ങളും ആവശ്യമാണ്. ഒരു വൈദ്യനെ കണ്ടാൽ മതി. കഴമ്പുകളും തൈലങ്ങളും കൊണ്ട് പരിഹരിക്കാൻ കഴിയുന്ന ഞരമ്പുതളർച്ചകളാണ് ഇവയെല്ലാം'.

വാർദ്ധക്യത്തിന്റെ പ്രവേശനരീതികളുടെ പ്രക്ഷുബ്ധതകളെ ഏറ്റുവാ ങ്ങിയ അനന്തകൃഷ്ണൻ വീണ്ടും തന്റെ തിരക്കുപിടിച്ച ജീവിതത്തിലേക്ക് ഇറങ്ങിചെന്നു.

പഞ്ചായത്ത് പ്രസിഡന്റും സഹകരണബാങ്ക്പ്രസിഡന്റും കോൺഗ്ര സ് ജില്ലാ-സംസ്ഥാനകമ്മിറ്റികളിലും അംഗമാണ് അനന്തകൃഷ്ണൻ. രാഷ്ട്രീയത്തിൽ അസഹിഷ്ണുതയുടെ ചോരക്കറ ഇല്ലാത്ത സാമൂഹ്യപ്രവ ർത്തകനാണ് അയാൾ. രാഷ്ട്രീയത്തിന്റെ ഭാഗംചേരലുകൾ ഉണ്ടെങ്കിലും പ്രതികാരമില്ലാത്ത മനസ്സും സഹതാപത്തിന്റെ പെരുമാറ്റരീതികളും അയാളെ എവിടേയും വേണ്ടപ്പെട്ടവനാക്കുന്നു. അധികാരത്തിന്റെ ഉന്നതങ്ങൾക്കുവേണ്ടി മാനുഷികതയെ ബലി കഴിക്കാത്ത അയാൾ ഏറ്റുമുട്ടലുകൾക്കും കൊലപാതകങ്ങൾക്കും എതിരെ സാത്വിക നില പാടുകൾ സ്വീകരിക്കുന്നു. അധാർമ്മികമായ ഏതു സമീപനങ്ങളേയും സ്വന്തം വ്യക്തിശുദ്ധികൊണ്ട് അനന്തകൃഷ്ണൻ നേരിട്ടു. ഗ്രാമീണരുടെ നന്മനിറഞ്ഞ സഖ്യങ്ങളും പ്രസ്ഥാനങ്ങൾക്ക് അതീതമായ വ്യക്തിബ ന്ധങ്ങളും നിലനിർത്താൻ അയാൾ എപ്പോഴും ശ്രദ്ധിച്ചു.

സ്ത്രീകളുടേയും മദ്യത്തിന്റേയും പ്രലോഭനങ്ങളെ വെറുത്ത അനന്ത കൃഷ്ണൻ ഭാര്യയിൽതന്നെ തന്റെ രതികാമനകളെ സൂക്ഷിച്ച. കൃതജ്ഞ തകൾ മനുഷ്യബന്ധത്തിന്റെ നിറവുകളാണെന്ന കരുതിയ അയാൾ ഇടപാടുകളുടെ രഹസ്യാത്മകതയെ നിഷേധിച്ച് അവയെ പരസ്യ സമീപനങ്ങളാക്കി. അനന്തകൃഷ്ണനെ കേന്ദ്രീകരിച്ച് അപവാദത്തിന്റേയും അപഹരണത്തിന്റേയും കഥകൾ ഒരിക്കലും ഉയരാറില്ല.

നാട്ടുകാർക്ക് വിശ്രദ്ധനും വേണ്ടപ്പെട്ടവനുമായി അനന്തകൃഷ്ണൻ ജീവിച്ച. എന്നാൽ ഭാര്യയായ കൃഷ്ണവേണിയുടെ ഓർമ്മകളിൽ അയാൾ വെറുപ്പിക്കുന്ന അനുഭവങ്ങളോടെ കടന്നുവരുന്നു. വീട്ടിൽ അപൂർവ്വമായി തങ്ങിയ അയാൾ ഭാര്യയിൽനിന്നും മകളിൽനിന്നും ഒഴിഞ്ഞുമാറാൻ അവസരങ്ങൾ കണ്ടെത്തുകയാണ്. കൃഷ്ണവേണിയുടെ പരാതികളെ ലോകവിചാരങ്ങൾകൊണ്ടും രാഷ്ട്രീയംകൊണ്ടുമാണ് അയാൾ നേരിട്ട നത്. അത്യാവശ്യങ്ങൾപോലും അനാവശ്യങ്ങളായ അന്തരീക്ഷത്തിൽ ഭർത്താവിന്റെ തുറന്ന സമീപനങ്ങൾ കൃഷ്ണവേണിയുടെ നിറവേറാത്ത രഹസ്യാന്ത്രതിയാണ്. കൃഷ്ണവേണിയുടെ വീട്ടിലേക്കുള്ള യാത്രകൾ തനി യെയുള്ള ചടങ്ങുതീർക്കലാണ്. ഭാര്യയുടേയും മകളുടേയും വേറിടലിനെ നിസ്സംഗതയോടെ അയാൾ കാണുന്നു. അച്ഛന്റെ നിർബ്ബന്ധങ്ങൾക്ക വഴങ്ങിയാണ് അയാൾ അവരെ ലാഘവത്തോടെ തിരിച്ചുകൊണ്ടുവ രുക. കൃഷ്ണവേണിയുടെ മടക്കയാത്രകൾ എപ്പോഴും അമിതഭാരത്തോ ടെയാണ്. മകൾക്ക് പുത്തൻ ഉടുപ്പുകളും അവൾക്ക് പുതുമ മണക്കുന്ന സാരികളും. മകളുടെ ഭാവിയേയും അനന്തകൃഷ്ണന്റെ അവഗണനയേയും എപ്പോഴും കൃഷ്ണവേണി ശ്രദ്ധിച്ച. മകളുടെ കൊഞ്ചികുഴയലുകളിൽ മയങ്ങുന്ന മുത്തച്ഛനെ ആഭരണങ്ങളുടെ വിലമതിപ്പുകളിൽ എത്തിക്കും.

ജനിച്ച വീട്ടിൽ എത്തുമ്പോഴാണ് നിർബ്ബന്ധങ്ങളും നിബന്ധനക ളുമില്ലാതെ മനസ്സിന്റെ തുറസ്സുകളിൽ സഞ്ചരിക്കാൻ കൃഷ്ണവേണിക്ക കഴിയുക. അവളുടെ ഇഷ്ടങ്ങളും അഭിരുചികളും അനുസരിച്ച് മണിക്കൂ റുകൾ നിർണ്ണയിക്കപ്പെടുന്നു. ഇവിടെ എല്ലാം ക്രമസംവിധാനങ്ങളെ അനുസരിക്കലാണ്. രൗദ്രമൂർത്തിയായ അച്ഛന്റെ മുമ്പിൽ അനുസ രണയോടെ നിൽക്കുന്ന അനന്തകൃഷ്ണൻ ശരിയുത്തരങ്ങളെ മറച്ച് ആജ്ഞകളെ പാലിക്കുന്നു.

സമൂഹത്തിലെ സജീവ സാന്നിദ്ധ്യമാകുമ്പോഴും തന്റെ വീടിന്റെ അതിരുകളിലേക്ക് ആരേയും അനധികൃതമായി പ്രവേശിപ്പിക്കാതിരി ക്കാൻ അനന്തകൃഷ്ണൻ ശ്രദ്ധിച്ച. കാരണം അവിടെ അച്ഛന്റെ തീരുമാ നങ്ങൾ മാത്രമാണ് നടപ്പിലാകുക. പോലീസിൽ നിന്ന് പിരിഞ്ഞ ശിവ ശങ്കരൻ സ്ക്കൂൾ മാനേജരായും വീട്ടുകാരനായും പരാക്രമങ്ങളോടെ

                    ജീവകാരുണ്യം

ചുറ്റുപാടുകളെ ഭരിക്കുന്നു. കാലത്തേയും സ്ഥലരാശിയേയും നിയന്ത്രിച്ച അയാൾ തന്റെ തീരുമാനങ്ങളെ നടപ്പിലാക്കാൻ എപ്പോഴും നിർബ്ബന്ധ ത്തിന്റേയും ബലപ്രയോഗത്തിന്റേയും മാർഗ്ഗങ്ങളെ സ്വീകരിച്ചു.

വേദനകളുടെ സൂചികുത്തുകളോടെ നടന്ന അനന്തകൃഷ്ണൻ പരാതികളും പരിഭവങ്ങളുമില്ലാതെ അനുഭവങ്ങളെ ഏറ്റുവാങ്ങി. കൃഷ്ണവേണി മാംസത്തിന്റെ ആവേശത്തോടെ അടുത്തപ്പോൾ ഒഴിഞ്ഞു മാറി കിടന്ന അയാൾ വിളക്കുകെടുത്തി ഉറങ്ങാൻ ഒരുങ്ങി. ഉറങ്ങികിട ന്ന മകളെ തല്ലികരയിച്ച അവൾ വെറുപ്പു തീർത്ത ആശ്വാസത്തോടെ അനന്തകൃഷ്ണനെ നോക്കി പുറന്തിരിഞ്ഞു.

'അച്ഛൻ ഉറങ്ങുകയാകും. കുട്ടിയെ കരയിച്ച് അച്ഛനെ ഉണർത്തരുത്'.

'അച്ഛൻ.... അച്ഛൻ.... ഞാനും മകളും മനുഷ്യരല്ലേ? നിങ്ങൾക്ക് ഭാര്യയേയും മകളേയും വേണ്ടല്ലോ? എന്തിനും ഏതിനും അച്ഛൻ. ഉമ്മാനും തിരിഞ്ഞു കിടക്കാനും അച്ഛന്റെ അനുമതിവേണം.'

'അച്ഛനെ നിനക്കറിയില്ല. ഈ കുടുംബത്തിനുവേണ്ടി.....'

വിദ്വേഷങ്ങളെ വിഴുങ്ങി തീർത്ത കൃഷ്ണവേണി മനസ്താപത്തോടെ മകളെ സാന്ത്വനിപ്പിച്ച് ഉറക്കത്തിലേക്ക് എത്തിച്ചു.

'എല്ലാ കഥകളും എനിക്കും അറിയാം. എന്നെക്കൊണ്ട് യാതൊന്നും പറയിപ്പിക്കരുത്.'

പ്രകോപനങ്ങളേയും പ്രലോഭനങ്ങളേയും അതിജീവിച്ച അനന്തകൃ ഷ്ണൻ അന്തരീക്ഷം കലുഷമാകുമ്പോൾ കൂടുതൽ ശാന്തനും ക്ഷമാശീലനു മാകുന്നു. ഏറ്റുമുട്ടലുകളേയും പരിഭവങ്ങളേയും ഒഴിവാക്കുക അയാളുടെ നയതന്ത്രമായിരിക്കുന്നു. വെറുപ്പിന്റേയും വിദ്വേഷത്തിന്റേയും മൂർദ്ധന്യ ത്തിൽ കാലക്കേടുകളേയും വിധിനിശ്ചയങ്ങളേയും കൃഷ്ണവേണി ശപിച്ചു. അസഹ്യമായ വേദനയോടെ ഞരങ്ങിയ അനന്തകൃഷ്ണനെ അവൾ അവഗണിച്ചു.

ഇരുട്ടിന്റെ ഉറക്കികിടത്തലുകളെ ഭേദിക്കുന്ന അനന്തകൃഷ്ണന്റെ വാക്കുകൾ കൃഷ്ണവേണിയുടെ പാറക്കല്ലിലേക്ക് ആഴ്ന്നിറങ്ങി.

'എന്റെ കാര്യം നോക്കാനും അന്വേഷിക്കാനും ആരുമില്ല. എല്ലാവരും സ്വന്തം കാര്യം നോക്കുകയാണ്.'

'ഇപ്പോൾ ഞാനെന്തുവേണം'?

വെറുപ്പ് കനപ്പിച്ച് ഉറപ്പിച്ച പറഞ്ഞ കൃഷ്ണവേണി അനന്തകൃഷ്ണന്റെ അസാധാരണ കിടപ്പുകണ്ട് ഉൾചേർച്ചയോടെ അരുകുപറ്റി.

'കാലിന് വല്ലാത്ത വേദനയാണ്. ഒരു ചുവടുപോലും നടക്കാൻ വയ്യ.

ശരീരം അനങ്ങുമ്പോഴേക്കും കിതപ്പാണ്. ഇതെല്ലാം വാർദ്ധക്യലക്ഷണ ങ്ങളാണെന്ന് പലരും പറയുന്നു. വൈദ്യരെ കാണാൻ ഉണ്ണികൃഷ്ണൻമാഷ് പ്രത്യേകം പറഞ്ഞിട്ടുണ്ട്.

'എന്നാൽ കാണണം. അതിനും അച്ഛന്റെ അനുവാദം വേണോ'?

എതിർപ്പുകളില്ലാതെ കിടന്ന അനന്തകൃഷ്ണൻ ഉറക്കത്തിന്റെ അനുഗ്ര ഹത്തിന് ആഗ്രഹിച്ച് അസ്വസ്ഥതകളോടെ നേരം കളഞ്ഞു.

രോഗവും മരുന്നുകളും അനന്തകൃഷ്ണന്റെ ചിന്തകളിലും ജീവിതത്തി ലും ഇതുവരെ കടന്നുവന്നില്ല. സജീവസാന്നിദ്ധ്യമായി അയാൾ എവിടേയും പ്രവേശിക്കുന്നു. അയാൾ പലപ്പോഴും പനിയുടെ തീനാള ങ്ങളെപ്പോലും അവഗണിച്ച് ആൾക്കൂട്ടത്തിന്റെ ആവശ്യങ്ങളിലേക്ക് ഇറങ്ങി തന്റെ ദിവസങ്ങളെ പ്രക്ഷുബ്ധമാക്കുകയാണ്. ശിവശങ്കരന്റെ ആജ്ഞകളിൽനിന്നും ക്രമനിയമങ്ങളിൽ നിന്നും രക്ഷപ്പെടാനാണ് അയാൾ എപ്പോഴും ശ്രമിക്കുന്നത്.

വൈദ്യരുടെ മുമ്പിൽ അപരിചിതമായ മൗനത്തോടെ അനന്ത കൃഷ്ണൻ ഇരുന്നു. അയാൾ വാർദ്ധക്യത്തിന്റേയും ജീവിതത്തിന്റേയും സ്വാഭാവിക രീതികളെകുറിച്ച് അനാവശ്യമായി ചിന്തിച്ചു. നാഡിയും കണ്ണും പരിശോധിച്ച വൈദ്യൻ കാൽവണ്ണയിൽ വിരൽ ഊന്നിയപ്പോൾ അസഹ്യമായ വേദനയോടെ അയാൾ നിലവിളിച്ചു.

മരുന്നുകൾ നിരത്തി വൈദ്യൻ പഥ്യവിചാരങ്ങൾ നടത്തി. ആശ്വസി പ്പിക്കലിന്റെ ഭാഗമായി അയാൾ അനന്തകൃഷ്ണന്റെ തോളിൽ കൈവെച്ചു.

'പേടിക്കാനൊന്നുമില്ല. വാതത്തിന്റെ ചെറിയ ശല്യമാണ്. മരുന്നുക ളും പഥ്യവും പാലിച്ചാൽ സുഖപ്പെടാവുന്നതേയുള്ളൂ. ഏതായാലും ഒരാഴ്ച അവധി എടുക്കണം. അനാവശ്യ അദ്ധ്വാനങ്ങൾ ചെയ്യരുത്.'

മരുന്നുകളെ താങ്ങി എത്തിയ അനന്തകൃഷ്ണന്റെ ജീവിതത്തിലേക്ക് അങ്ങനെ ലേഹ്യങ്ങളും അരിഷ്ടങ്ങളും ആസവങ്ങളും കടന്നുവന്നു. കുറിപ്പടി മരുന്നുകഴിച്ചും പഥ്യം തെറ്റിക്കാതേയും അനന്തകൃഷ്ണൻ വീടിന്റെ പരിസരത്തിൽ തന്നെ ചുറ്റിതിരിഞ്ഞു. അച്ഛന്റെ അസാധാരണ ഇരുപ്പ് കണ്ട മകൾ മടിച്ചാണെങ്കിലും അവകാശത്തോടെ അടുക്കുകയാണ്.

അസുഖലക്ഷണങ്ങളോടെ വീട്ടിലിരുന്ന അനന്തകൃഷ്ണനെ കുറിച്ച് കേട്ട് നാട്ടുണർന്നു. അയാളുടെ വിസ്തൃതമായ സൗഹൃദബന്ധങ്ങൾ സുഖാമ്പേഷണത്തിനായി തിരക്കിട്ടെത്തി. വിരസതയേയും നിസ്സ ഹായതയേയും സൗഹൃദബന്ധങ്ങളിൽ ഇറക്കിവെച്ച അനന്തകൃഷ്ണൻ വേണ്ടപ്പെട്ടവരുടെ സാന്നിദ്ധ്യത്തിൽ ഉള്ള നിറവോടെ ജീവിതത്തെ അനുഭവിച്ചു.

     ജീവകാരുണ്യം

രാഷ്ട്രീയക്കാരനും പൊതുപ്രവർത്തകനുമായി അറിയപ്പെടാനും ആൾക്കൂട്ടത്തിന്റെ ബഹളങ്ങളിൽ സ്വയം മറക്കാനും അനന്തകൃഷ്ണൻ ആഗ്രഹിച്ചതല്ല. അയാളുടെ ജീവിതവീക്ഷണത്തിലേക്ക് ക്ലാസ്സുമുറികൾ പോലും കടന്നുവരുന്നില്ല. പ്രീഡിഗ്രി കഴിഞ്ഞ് ഡിഗ്രിക്ക ചേരണമെന്ന അയാളുടെ നിർബന്ധത്തെ ശിവശങ്കരൻ ഒറ്റനോട്ടത്തിൽ ഒതുക്കി. അച്ഛന്റെ നല്ല നടപ്പുകൾക്ക് വിധേയനായ അയാൾ ചിന്തകളിലും ജീവിതത്തിലും ശിവശങ്കരനെ പിന്തുടർന്നു.

അനുജനായ ഹരികൃഷ്ണൻ അന്നും ഇന്നും അനന്തകൃഷ്ണന് അത്ഭുത ജീവിയും അസാധാരണ വ്യക്തിത്വവുമാണ്. ശിവശങ്കരന്റെ നിർബ ന്ധങ്ങളേയും നിശ്ചയങ്ങളേയും ക്രൂരമായ ശിക്ഷകളേയും ഹരികൃഷ്ണൻ ആത്മബലത്തോടെ നേരിട്ടും. ശിവശങ്കരൻ മകനെ ശത്രുവായിക്കണ്ട് പെരുമാറുമ്പോൾ ഹരികൃഷ്ണൻ പ്രത്യാക്രമണത്തിന് തയ്യാറായി ആയു ധങ്ങളെടുക്കുന്നു. ഉൾവലിഞ്ഞും ഉറക്കംതൂങ്ങിയും അനന്തകൃഷ്ണൻ തന്നി ലേക്ക് ചുരുങ്ങുമ്പോൾ ഹരികൃഷ്ണൻ ശബ്ദപ്രളയത്തോടെ മറ്റുള്ളവരുടെ ശ്രദ്ധ ആകർഷിക്കുന്നു.

കായികമായും മാനസികമായും ശക്തനായ ഹരികൃഷ്ണൻ അവസരം കിട്ടുമ്പോഴെല്ലാം അനന്തകൃഷ്ണനെ പുറന്തള്ളി. സ്പോർട്സിലും ഫുട്ബോളിലും മികച്ച പ്രകടനങ്ങൾ നടത്തിയ ഹരികൃഷ്ണൻ ജീവിത ത്തേയും നിമിഷങ്ങളേയും ആഘോഷമാക്കി സഞ്ചരിക്കുന്നു. പാഠപുസ്ത കങ്ങളെ മനഃപാഠമാക്കിയ അനന്തകൃഷ്ണൻ ലോകത്തിന്റെ മനോഭാവ ങ്ങളെ അറിയാതെ ഉൾവലിഞ്ഞതാണ്.

ഉത്സവപ്പകർച്ചയോടെ എത്തിയ പഞ്ചായത്ത് തിരഞ്ഞെടുപ്പ് അനന്തകൃഷ്ണന്റെ ജീവിതത്തിൽ അനേകം മാറ്റങ്ങളുണ്ടാക്കി. സർവ്വസ മ്മതനും സൽസ്വഭാവിയുമായ സ്ഥാനാർത്ഥിയെ തിരഞ്ഞ കമ്മ്യൂണി സ്റ്റുകാരും കോൺഗ്രസ്സുകാരും അനന്തകൃഷ്ണനെ കളത്തിൽ ഇറക്കാൻ ഇടവിടാതെ പടിക്കല്ലുകയറി. പാവപ്പെട്ടവന്റെ പ്രതീക്ഷകളെ ഉൾക്കൊ ണ്ട കമ്മ്യൂണിസ്റ്റുകാരെ അനന്തകൃഷ്ണൻ ആദരവോടെ സ്വീകരിച്ചതാണ്. ശിവശങ്കരന്റെ ആജ്ഞകളിലെ ആധികാരികതയെ കണ്ട കോൺഗ്ര സ്സുകാർ അനന്തകൃഷ്ണൻ അറിയാതെ രഹസ്യ നീക്കങ്ങൾ ആരംഭിച്ചു.

സ്ക്കൂളിലേക്ക് പുറപ്പെട്ട അനന്തകൃഷ്ണന്റെ മുമ്പിൽ ശിവശങ്കരൻ നിന്നപ്പോൾ അന്തിമതീരുമാനം അയാൾ ഗ്രഹിച്ചു.

'മാനംമര്യാദയുള്ളവർക്ക് ചേർന്നതല്ല രാഷ്ട്രീയം. പിന്നെ കോൺഗ്ര സ്സുകാർ മാന്യൻമാരും തറവാട്ടുകാരുമാണ്. വിയർപ്പ് മണക്കാത്ത അവരുമായുള്ള കൂട്ടുകെട്ടുമതി'.

'എന്റെ തീരുമാനം.....'

'നിനക്കങ്ങനെ സ്വന്തമായ തീരുമാനമൊന്നും വേണ്ട. ഞാൻ നിശ്ച യിക്കുന്നതിനെ അനുസരിച്ചാൽ മതി. നീ കോൺഗ്രസ്സിന്റെ സഹായ ത്തോടെ മത്സരിച്ചാൽ മതി. ഇനിയുള്ള കാലത്തിൽ രാഷ്ട്രീയത്തിന്റെ സഹായമില്ലാതെ ജീവിക്കാനാവില്ല.'

രാഷ്ട്രീയച്ചായ്വുകളില്ലാതെ അനന്തകൃഷ്ണൻ തിരഞ്ഞെടുപ്പിൽ നിന്നു. പിന്നീട് അയാൾ പഞ്ചായത്ത് പ്രസിഡന്റായതോടെ കോൺഗ്രസ്സുകാ രനും തിരക്കുപിടിച്ച രാഷ്ട്രീയ പ്രവർത്തകനുമായി. തുടർന്ന് ആൾക്കൂട്ടം ലഹരിയായും ഏകാന്തത മരണസാന്നിദ്ധ്യമുള്ള ദുസ്സഹമായ അവസ്ഥ യായും നിലപാടുമാറ്റുന്നു.

താല്പര്യങ്ങളും അഭിരുചികളുമില്ലാതെ ജീവിച്ച അനന്തകൃഷ്ണന്റെ മുമ്പിൽ ഇപ്പോൾ കാലത്തിന്റെ നിയമാവലികൾ നടപ്പിലാകുന്നു. പരിസരബോധത്തെ അസാധാരണമായി സ്വീകരിച്ച അയാൾ ഇലമാ റ്റത്തിന്റെ രീതികളെപോലും പിടിച്ചെടുക്കുന്നു. ഇലക്കൂട്ടങ്ങളുടേയും തണലോട്ടങ്ങളുടേയും ഓർമ്മകൾപോലും അനന്തകൃഷ്ണന്റെ ജീവിത ത്തിൽ അന്യമായതാണ്.

മരുന്നുകളുടെ മനംമടുപ്പിലും ആസവങ്ങളുടെ ചവർപ്പുകളിലും പഥ്യാഹാരങ്ങളിലും അനന്തകൃഷ്ണന്റെ മണിക്കൂറുകൾ കടന്നുപോയി. അയാൾ എട്ടാം ദിവസത്തിലേക്ക് ഉന്മേഷത്തോടെ പ്രവേശിച്ചു. വാർദ്ധക്യത്തിന്റെ പാരവശ്യങ്ങളും ഞരമ്പുകളിൽ പടരുന്ന വേദനയും ഭേദം വെച്ചതായി അയാൾക്കു തോന്നി. എങ്കിലും അയാൾക്ക് ലാഘ വത്തോടെ എവിടേയും സഞ്ചരിക്കാനായില്ല. അടി ഊന്നുമ്പോഴും കാൽമുട്ടുകൾ മടക്കി നിവർത്തുമ്പോഴും പൊട്ടിപിളരുന്ന വേദന ശരീരം മുഴുക്കെ വ്യാപിക്കുകയാണ്.

വൈദ്യരും കഴമ്പുകളും ആസവങ്ങളും അനന്തകൃഷ്ണന്റെ ജീവിതത്തി ന്റെ ഭാഗമായി തീർന്നു. സുഖാന്വേഷണങ്ങൾക്ക് എത്തുന്ന സുഹൃത്തുക്ക ളുടെ ഔപചാരിക വാക്കുകളിലും ദിനപത്രത്തിന്റെ പരിമിതികളിലും അയാളുടെ ദിവസങ്ങൾ നിർദ്ദയമായി കടന്നുപോയി. ആയുർവേദവും നാട്ടുവൈദ്യവും സമനില നിശ്ചയിച്ച ചികിത്സാരീതികൾ വാതകൊല്ലി യുടെ കഷായക്കൂട്ടിൽ അവസാനിക്കുന്നു.

പതിനാലാംദിവസം പുത്തൻ ഉണർവ്വിന്റെ മനസമാധാനത്തോടെ അനന്തകൃഷ്ണൻ സ്കൂളിലേക്ക് ഇറങ്ങി. അപരിചിതമായ മേഖല കളിലേക്ക് പ്രവേശിക്കുന്ന സങ്കോചത്തോടെ അയാൾ കാലുകൾ ഊന്നിവെച്ചു. പൊടുന്നനെ അനന്തകൃഷ്ണന്റെ മുമ്പിൽ കാഴ്ചകൾ മങ്ങിയ

    ജീവകാരുണ്യം

മാലിന്യങ്ങളായി. ഇളംവെയിൽ തീക്ഷ്ണധവും ഇടവഴി ഇരുണ്ട ഗ്രഹാമു ഖവുമായി.

ആരുടെയോ തോളിൽ അമർത്തി പിടിച്ചതുമാത്രം അനന്തകൃഷ്ണൻ ഓർമ്മിക്കുന്നു. പിന്നീട് വീട്ടിലെ മുറിയിൽവെച്ചാണ് അയാൾക്ക് ബോധം തെളിയുന്നത്. പരിസരബോധത്തിലേക്ക് മടങ്ങിയ അനന്തകൃഷ്ണൻ സുഹൃത്തുക്കളെയും രക്തബന്ധങ്ങളുടെയും മുഖഭാവങ്ങളെ ഒന്നിനൊ ന്ന് തിരിച്ചറിഞ്ഞു. അപ്പോഴും അയാളുടെ കാൽവണ്ണയിലെ ഞരമ്പുകൾ അസഹ്യമായ വേദനപാകി.

വിവരംകേട്ട് പുറപ്പെട്ട വൈദ്യൻ രോഗവിധിയുടെ മുൻനിശ്ചയങ്ങളി ൽതന്നെ ഉറച്ചനിന്നു. വാതത്തിന്റെ ലക്ഷണശാസ്ത്രത്തെ ഉരുക്കഴിച്ച അയാൾ കുഴമ്പുച്ചടാക്കിയും ആസവങ്ങളുടെ അളവുളുക്കങ്ങൾ കൂട്ടിയും പരിഹാരമാർഗ്ഗങ്ങളെ നിശ്ചയിച്ചു.

തിരക്കൊഴിഞ്ഞ് അവസരം കിട്ടാൻ ഉണ്ണികൃഷ്ണൻമാഷ് കാത്തുനിന്നു. അയാൾ രോഗങ്ങളുടെ നിഗ്രഢതകളിലേക്കും മനുഷ്യന്റെ പരിമിതികളി ലേക്കും ആഴ്ന്നിറങ്ങി. കട്ടിലിന്റെ ഓരം പറ്റിയ അയാൾ അനന്തകൃഷ്ണന്റെ മാറ്റംവെയ്ക്കലുകളുടെ സൂക്ഷ്മഭാവങ്ങളെ പിടിച്ചെടുത്തു. ശരീരത്തിന്റെ ചുവപ്പുരാശിയും മാംസളതയും മാറ്റങ്ങൾക്ക് വിധേയമായി വിളർത്തിരി ക്കുന്നു. തടിച്ച പ്രകൃതം മെലിഞ്ഞുണങ്ങുകയാണ്.

'രോഗമെന്തോ ആകട്ടെ; നമുക്കൊരു സ്പെഷ്യലിസ്റ്റിനെ കാണാം. വൈദ്യൻമാരുടെ കാലം എന്നോ കഴിഞ്ഞു. പുത്തൻ രോഗങ്ങൾക്ക് പുത്തൻ ചികിത്സാരീതികൾതന്നെ വേണം.'

'വാതത്തിന് ആയുർവ്വേദമാണ് നല്ലത്. അലോപതി ഡോക്ടർമാരു പോലും അതാണ് നിർദ്ദേശിക്കുന്നത്.'

പിടിവാതത്തിന് മരുന്ന നിശ്ചയിച്ച കൃഷ്ണവേണി ആസവങ്ങളിൽ നിന്നും മുഖം തിരിച്ച പറഞ്ഞു:

'ഉണ്ണിമാഷ് വെറുതെ നേരം കളയരുത്. വൈദ്യനും ഡോക്ടറുമെല്ലാം ഇവിടെ സ്ക്കൂൾ മാനേജരാണ്. അച്ഛന്റെ തീരുമാനത്തെ മകൻ തെറ്റിച്ച ചരിത്രമില്ല.'

'ഞാൻ മാനേജരോട പറയാം'.

ഹരിപ്രിയയുടെ ജീവിതം അഞ്ചുവയസ്സോടെ അവസാനിക്കുമെന്ന് കൃഷ്ണവേണി കരുതിയതാണ്. അതിസാരം ബാധിച്ച് കാഴ്മങ്ങി കിടന്ന അവളെ വൈദ്യന്റെയും പച്ചമരുന്നിന്റേയും വിശ്വാസ തികവോടെ ശിവശങ്കരൻ ചികിത്സിച്ചു. അവശയായി മിഴികൾ താഴ്ന മകളെ നോക്കി കരഞ്ഞ കൃഷ്ണവേണി പ്രതിവിധികളും തീരുമാനങ്ങളും

ഇല്ലാതെ നിൽക്കുന്ന അനന്തകൃഷ്ണനെ കാണുന്നു. അവളുടെ ഭീതിയും വികാരവിചാരങ്ങളും ഉൾക്കൊള്ളാൻ അനന്തകൃഷ്ണനു കഴിഞ്ഞില്ല. അച്ഛന്റെ നിർദ്ദയമായ തീരുമാനങ്ങളെ അനുസരിക്കുകയും അവയെ പ്രായോഗികമാക്കുകയുമായി അയാളുടെ ജീവിതം. ഇംഗ്ലീഷ്മരുന്നുകൾ മാരണങ്ങളാണെന്നു വിശ്വസിച്ച ശിവശങ്കരൻ പച്ചമരുന്നുകളിൽ വ്യാ ധികൾക്ക് പ്രതിവിധികൾ കണ്ടെത്തുന്നു.

ഹരിപ്രിയയുടെ അവസ്ഥ കണ്ട് കൃഷ്ണവേണി ധിക്കാരിയായി മാറി. മകളെ ആശുപത്രിയിൽ എത്തിച്ച് അവളുടെ ജീവൻ രക്ഷിക്കുകയാണ് ഉണ്ടായത്.

ആസവങ്ങളും ലേഹ്യങ്ങളും കഴമ്പുകളും അനന്തകൃഷ്ണന്റെ വേദന കൾക്കും രോഗത്തിനും ശാന്തി നൽകുന്നില്ല. വേദനയുടെ പരമസ്വരൂ പത്തിൽ അയാളുടെ കാഴ്ചകൾപോലും മരവിക്കുന്നു. പിന്നീട് പരിസര ത്തിൽ മുഴുക്കെ ഇരുട്ടാണ്.

പതുക്കെപതുക്കെ നിസ്സഹായതയിലേക്ക് വീണുകൊണ്ടിരുന്ന അനന്തകൃഷ്ണൻ ആൾക്കൂട്ടത്തിന്റെ ലഹരിയിലും നിമിഷങ്ങളുടെ തിര ക്കുകളിലും മുഴുകാൻ തയ്യാറായി. വീട്ടും കല്ലിൽ കൊത്തിയ ശാസനാ രൂപവും ഉറക്കം കെടുത്തുന്ന ഭീതിയായി അയാളുടെ ജീവിതത്തിൽ ഇപ്പോഴുമുണ്ട്. ഉറക്കെ കരയാനും നിലമറന്ന് ചിരിക്കാനും അയാൾക്ക് എന്നും കഴിഞ്ഞിട്ടില്ല. ശിവശങ്കരന്റെ നിർദ്ദേശങ്ങളും ശിക്ഷണവിധികളും അനന്തകൃഷ്ണന്റെ ജന്മശാപമായി ആയുസ്സിലേക്ക് നീളുന്നു. അനന്തകൃഷ്ണ ന്റെ മനസ്സിൽ അച്ഛൻ മാർദ്ദവമായ അനുഭൂതിയോ അനുഗ്രഹങ്ങളുടെ നന്മകളോ അല്ല; രക്തദാഹിയും സംരക്ഷകനുമായ ദൈവരൂപമാണ്.

ഉണ്ണികൃഷ്ണൻമാഷ് വീണ്ടും നിർബന്ധിക്കുന്നുണ്ട്. എങ്കിലും ആസവ ങ്ങളുടേയും അരിഷ്ടങ്ങളുടേയും ശാന്തസ്വരൂപങ്ങളിൽ അനന്തകൃഷ്ണൻ തടവ്കിടന്നു. വേദന ഭീകരാനുഭവമായി തുടരവെ അയാളുടെ ചലന സ്വാതന്ത്ര്യങ്ങൾ മുറിയിൽ ഒതുങ്ങുന്നു. അസഹ്യമായ വേദന പുളയുന്ന തോടെ കണ്ണിൽപ്പെടുന്നവരോടെല്ലാം അയാൾക്ക് വിദ്വേഷമാണ്.

പ്രഭാതത്തിന്റെ ചുവപ്പുരാശിയിൽ ഉണർന്ന അനന്തകൃഷ്ണൻ കാഴ്ചകളെ ഭ്രമിപ്പിക്കുന്ന മറ്റൊരു ചുവപ്പുപാളിയിലേക്ക് വഴുതിവീണു. പതുക്കെ കാല്കുന്നി കുളിമുറിയിൽ എത്തിയ അയാൾ മൂത്രമൊഴിക്കാ നായി ചുവരുചാരി നിന്നു. പ്രയാസപ്പെട്ടു തുള്ളി മുറിഞ്ഞൊഴുകിയ മൂത്രം ചോരരാശിയിൽ നിലത്തുവീണൊഴുകി ഭ്രമപടങ്ങളായി. കാഴ്ചകളുടെ സത്യസ്ഥിതിയെ അവിശ്വസിച്ച അനന്തകൃഷ്ണൻ ഭ്രമാത്മകതയിൽനിന്ന് വിട്ടുമാറാൻ ഏറെ നേരമെടുത്തു.

നെഞ്ചുപൊള്ളി നിലവിളിച്ച് ഭ്രമികല്പിക്കിയ അനന്തകൃഷ്ണൻ ബോധ കേടിലേക്കും പരിസരബോധമില്ലാത്ത ഇരുണ്ട ഗ്രഹയിലേക്കും മറിഞ്ഞു വീണു.

അപ്പോൾ മാത്രമാണ് മനുഷ്യായുസ്സിന്റെ തിരിച്ചറിവോടെ അനന്തകൃ ഷ്ണന്റെ ചുറ്റുപാടുകൾ ഉണരുന്നത്. ശിവശങ്കരന്റെ കല്ലുപാകിയ മനസ്സിൽ ജന്മബന്ധത്തിന്റെ വേരുകൾ ഖേദത്തോടെ ആഴ്ന്നിറങ്ങി. കല്ല്യാണിയമ്മ ദൈവകോപങ്ങൾക്കും ചെയ്ദോഷങ്ങൾക്കും പ്രതിവിധിയായി വഴി പാടുകളെ നേർന്നു. കാലത്തിന്റേയും ജീവിതത്തിന്റേയും പെരുമാറ്റ സംഹിതകളെ അറിഞ്ഞ കൃഷ്ണവേണി സംഭവങ്ങളെ അടിപതറാതെ സ്വീകരിച്ചു.

കാറിൽ നഗരത്തിലേക്ക് പുറപ്പെട്ട അനന്തകൃഷ്ണൻ ബോധാ ബോധങ്ങളുടെ ഇടമറിച്ചിലോടെ കൃഷ്ണവേണിയുടെ മടിയിൽ കിടന്നു. സുഹൃത്തുക്കളും സഹപ്രവർത്തകരും കയറിയ മറ്റൊരു കാർ അവരെ പിന്തുടർന്നു.

സ്വകാര്യ ആശുപത്രിക്കാർ പ്രത്യേക പരിഗണനകളോടെ അനന്തകൃ ഷ്ണനെ സ്വീകരിച്ച് മുറിയിൽ കിടത്തി. അയാളുടെ രാഷ്ട്രീയ പിൻബലത്തെ അവർ ഭയക്കുകയാണ്. വേദനാസംഹാരികളും പ്രാഥമിക മരുന്നുകളും കുത്തിവെച്ചതിനുശേഷം നീണ്ട പരിശോധനകൾക്ക് അനന്തകൃഷ്ണൻ വിധേയനായി. ഉറക്കമെരുന്നിന്റെ വശീകരണത്തിൽ നിന്ന് ഇടക്കിടെ പരിസരബോധത്തിലേക്ക് മടങ്ങുന്ന അയാൾ മാറിയ സാഹചര്യത്തെ അറിഞ്ഞ് വേദനകളെ വിഴുങ്ങി.

കൃഷ്ണവേണിയുടെ അമ്മയും അച്ഛനും ആങ്ങളമാരും വിവരം അറിഞ്ഞ് പരിഭ്രാന്തിയോടെ ഓടി എത്തി. നിസ്സഹായരായി നിന്ന അവരെ ഉണ്ണികൃഷ്ണൻമാഷ് സമാധാനത്തിന്റെ വക്കിൽ എത്തിച്ചു. വരാന്തയിൽ രാഷ്ട്രീയക്കാരുടെ ഖദർപടയാണ്. ലാഘവത്തോടെ വസ്തുതകളെ കാണുന്ന അവർ അനന്തകൃഷ്ണനേയും ബന്ധുക്കളേയും ആശ്വസിപ്പിച്ച് രാഷ്ട്രീയത്തിന്റേയും അധികാരത്തിന്റേയും ബലപരീക്ഷണങ്ങളിലേക്ക് വാർത്തകളെ വഴിതിരിച്ചു.

കൃഷ്ണവേണിയുടെ അച്ഛൻ ദാമോദരൻ രോഗവിവരങ്ങൾ അറിയാൻ ധൃതിപ്പെട്ടു. അപ്പോൾ ബന്ധങ്ങളുടെ മാർദ്ദവത്തെ മറന്ന ശിവശങ്കരൻ പരുഷമായി പറഞ്ഞു:

'രോഗംവരും; ചികിത്സിച്ചാൽ ഭേദമാകും. ഇങ്ങനെ വീടടച്ച് വരാൻ അവനൊന്നും സംഭവിച്ചിട്ടില്ല. ചോര കണ്ടപ്പോൾ ബോധം കെട്ടു വീണു. പണ്ടേ അവന്റെ മനസ്സിനു ശക്തിയില്ല. വേണ്ടപ്പെട്ടവരെ എല്ലാം

കാണമ്പോൾ ചാകാൻ കിടക്കുന്നെന്ന തോന്നലാണ് അവനുണ്ടാകുക. അവന്റെ അമ്മ കൂടെ വരാൻ തയ്യാറായതാണ്. ഞാൻ സമ്മതിച്ചില്ല. അവളെ കൊണ്ട് ഇവിടെ എന്തുകാര്യം?.'

'ആൾ സഹായത്തിന് ആളതന്നെ വേണം'.

'ഒന്നുംവേണ്ട. പണം കൊടുത്താൽ എന്തും കിട്ടും. പിന്നെ ഈ ആശുപത്രിയിൽ സഹായിയായി ഒരാളെ മാത്രമെ രാത്രി തങ്ങാൻ അനുവദിക്കൂ. അനാവശ്യമായി കുറെ ലോഡ്ജ്മുറികൾ എടുക്കേണ്ടിവരും'.

അത്യാഹിതത്തിന്റേയും ആയുസ്സിന്റേയും മുമ്പിൽ ശിവശങ്കരൻ ചെലവഴിക്കലുകളുടെ പട്ടിക ഇറക്കിവെച്ചു. അപ്പോൾ കൃഷ്ണവേണിയുടെ അനുജൻ സദാനന്ദൻ പ്രായത്തിന്റെ പ്രകോപനങ്ങളോടെ മുഖംതിരിച്ചു.

'അയാൾക്ക് മകനും മക്കളുമല്ല വല്യത്. ജീവനില്ലാത്ത പണങ്ങളും പണ്ടങ്ങളുമാണ്. അച്ഛൻ ഇങ്ങോട്ടുവരൂ. വെറുതെ സംസാരിച്ച് നേരം കളയണ്ട.'

സ്കാനിങ്ങും എക്സറേയും വേദനാസംഹാരികളുമായി അനന്ത കൃഷ്ണന്റെ ദിവസങ്ങൾ ഇഴഞ്ഞു. അയാളുടെ പുഞ്ചിരി മറഞ്ഞ മുഖത്ത് മ്ലാനത നിഴൽ വീശി. കൃഷ്ണവേണി രോഗാവസ്ഥയുമായി യാന്ത്രികമായി പൊരുത്തപ്പെട്ടു. അച്ഛനും അനുജന്മാരും അത്യാസന്ന നിമിഷങ്ങൾക്ക് തയ്യാറെടുത്തപ്പോൾ അവളുടെ ഉള്ളിൽ രക്തബന്ധത്തിന്റെ സവിശേ ഷതകൾ ഉണർന്നു.

നീണ്ട പരിശോധനകൾക്കും നിരീക്ഷണങ്ങൾക്കും ശേഷം വിദഗ്ധ നായ ഡോക്ടർ രോഗനിർണ്ണയത്തിൽ എത്തിചേർന്നു. വൃക്കകളുടെ പ്രവർത്തനം ഭാഗികമായി തടസ്സപ്പെട്ടിരിക്കുകയാണ്. ഇടതുവൃക്കയിൽ അസാധാരണമായ മാംസവളർച്ച കാണുന്നു. മരുന്നുകൾ രോഗശാന്തി നൽകാത്തതുകൊണ്ട് ഓപ്പറേഷൻ അത്യാവശ്യമാണ്.

ഖരപദാർത്ഥങ്ങളെ ഒഴിവാക്കിയ അനന്തകൃഷ്ണൻ പാനീയങ്ങളി ലും പഴവർഗ്ഗങ്ങളിലും വിശപ്പിനെ പിടിച്ചുകെട്ടുന്നു. അസ്വസ്ഥതകളെ ഉള്ളിൽ ഒതുക്കിയ അയാൾ അമിതമായ ആഹ്ലാദത്തോടെ സന്ദർശക രോട് ഇടപഴകി. ക്ഷേമാന്വേഷകരുടെ വരവുകാണുമ്പോൾ അയാളുടെ മനസ്സിൽ ബന്ധങ്ങളുടെ ദാർഢ്യവും ആരാധ്യതയുടെ അഭിമാനവും വിലമതിപ്പുള്ള ചിഹ്നങ്ങളായി.

ഉച്ചച്ചടിൽ അന്തരീക്ഷം ഉരുകുമ്പോൾ അനന്തകൃഷ്ണൻ കൃഷ്ണവേ ണിയെ വിളിച്ച് കിടക്കയിൽ ഇരുത്തി.

'നാളെ ഓപ്പറേഷനാണ്. പേടിക്കാനൊന്നുമില്ലെന്ന് ഡോക്ടർ പ്രത്യേകം പറഞ്ഞിട്ടുണ്ട്. എങ്കിലും നിന്നോട് ചിലതു പറയാമെന്ന

കരുതുന്നു'.

'എന്താണ്?'

'പുരുഷത്വമില്ലാത്ത പുരുഷനായി ഇനി എനിക്ക് ജീവിക്കേണ്ടിവരും. പഴയതുപോലെ രാഷ്ട്രീയപ്രവർത്തനത്തിന് ഇറങ്ങാനും കഴിയില്ല. പിന്നെ....'

മുഖം തിരിച്ച അനന്തകൃഷ്ണൻ അപ്പോൾ മാത്രമാണ് കൃഷ്ണവേണിയുടെ മുഖഭാവങ്ങളെ ശ്രദ്ധിക്കുന്നത്. എട്ടുവർഷങ്ങളുടെ കാലപഴക്കത്തിൽ അവളുടെ സൗന്ദര്യം മെലിഞ്ഞു വിളർത്ത് പൂർവ്വീകമായ ഓർമ്മ മാത്രമായി. വശ്യവും ആകർഷകവുമായ രൂപം ഇന്ന് വൈരൂപ്യത്തിന്റെ നിഴലിലാണ്.

പുതുതായി യാതൊന്നും സംഭവിക്കാത്തതുപോലെ നിർവ്വികാര യായി കൃഷ്ണവേണി കിടക്കയിൽ നിന്നെണീറ്റു.

അനന്തകൃഷ്ണന്റെ അഭാവത്തെ അറിഞ്ഞും രോഗാവസ്ഥയെ കുറിച്ച് കേട്ടും രാഷ്ട്രീയക്കാരും സുഹൃത്തുക്കളും നിരന്തരം സുഖാന്വേഷണങ്ങ ൾക്ക് വന്നുകൊണ്ടിരുന്നു. ആൾക്കൂട്ടത്തിന്റെ ലഹരിയിൽ മുങ്ങിയ അയാൾ വേദനകളേയും അസ്വസ്ഥതകളേയും വാക്കുകളിൽ ഒതുക്കി.

ആശുപത്രി ജീവനക്കാർ കൃത്യനിഷ്ഠയോടെ എത്തി. അവർ സുഹൃത്തുക്കളേയും ബന്ധുക്കളേയും ജിജ്ഞാസയിലേക്ക് തള്ളിയിട്ട് അനന്തകൃഷ്ണനെ ഓപ്പറേഷൻ തിയ്യേറ്ററിലേക്ക് കൊണ്ടുപോയി. അനസ്തേഷ്യയുടെ വലയത്തിലേക്ക പതിച്ച അയാൾ എണ്ണത്തുടർച്ച യിൽ മയക്കത്തിലേക്ക വീണു.

ക്ഷോഭിക്കാതെയും തളരാതെയും ശിവശങ്കരൻ നിൽക്കുമ്പോൾ ദാമോദരൻ വിയർത്തു കുളിച്ച് ചുവരചാരി ഇരുന്നു. ആത്മബലവും പേശീബലവും കൈവിട്ട കൃഷ്ണവേണി അമ്മയുടെ മടിയിൽ തളർന്നു കിടന്നു.

ഓപ്പറേഷൻ തിയ്യേറ്ററിൽനിന്ന് അസാധാരണ മുഖഭാവങ്ങളോടെ ഇറങ്ങിയ വിദഗ്ധ ഡോക്ടർ ജിജ്ഞാസകൾക്ക് അവസാനമായി ശിവശങ്കരനോടു പറഞ്ഞു.

'അനന്തകൃഷ്ണന്റെ ബന്ധുക്കളാരെങ്കിലും കൂടെ വരിക. കുറച്ച സംസാ രിക്കാനുണ്ട്.'

ശിവശങ്കരന്റെ കൂടെ ദാമോദരനും സദാനന്ദനും രോഗബാധയുടെ വേവലാതികളോടെ നടന്നു.

മുറിയിലെത്തിയ ഡോക്ടർ സമനിലയും മനോനിലയും വീണ്ടെടുത്ത്

വരും കാലത്തിലേക്ക് വാക്കുകളെ ഇറക്കി.

'മനുഷ്യന്റെ നിസ്സഹായതയെ അറിഞ്ഞ് ദൈവത്തിന്റെ മഹത്വത്തി നുവേണ്ടി ഇനി നമുക്ക് കാത്തിരിക്കാം. അനന്തകൃഷ്ണന്റെ രക്തക്കുഴല കളെ കാൻസർ ബാധിച്ചിരിക്കുകയാണ്. രക്തക്കുഴലുകളിലൂടെ ഓരോ അവയവങ്ങളിലേക്കും അതങ്ങനെ പടരും. വൃക്കയിൽ നിന്ന് ആമാശ യത്തിലേക്കും അവിടെനിന്ന് കരളിലേക്കും പിന്നെ ഹൃദയത്തിലേക്കും... ആർക്കും അനന്തകൃഷ്ണനെ രക്ഷപ്പെടുത്താനാവില്ല'.

വാക്കുകളുടെ ബോധശൂന്യതയിൽപ്പെട്ട് ദാമോദരനും സദാനന്ദനും ശബ്ദരഹിതമായ നിശ്ചലതയിലേക്കു വീണു. അവരുടെ കാഴ്ചകളിൽ കൃഷ്ണവേണിയുടെ ഭാവികാലം മഹാനരകമായി ഇരുളുന്നു. അടിയേറ്റ് നിലതെറ്റുന്നെങ്കിലും പെട്ടെന്നുതന്നെ നിശ്ചയദാർഢ്യത്തിലേക്കു മടങ്ങാൻ ശിവശങ്കരനു കഴിഞ്ഞു.

'റേഡിയേഷൻ ചെയ്താൽ രക്ഷപ്പെടില്ലേ?'

'അവയവങ്ങളെ ബാധിക്കാത്ത രക്തക്കുഴലുകൾക്ക് റേഡിയേഷൻ നല്ലാം. ഞരമ്പുകളിലൂടെ ആന്തരിക അവയവങ്ങളെയാണ് രോഗം ബാധിക്കുക. അവയവങ്ങൾ കരിച്ച കളയരുതല്ലോ. ഇനി എല്ലാം ദൈവത്തിന്റെ കയ്യിലാണ്. അനാവശ്യചികിത്സകൾകൊണ്ട് ഈ രോഗത്തെ നേരിടാനാവില്ല. വെറുതെ പണം ചെലവഴിക്കലാകും. വേദനാസംഹാരികളും ഉറക്കമരുന്നുകളും ഉപയോഗിക്കുക. അതാണ് ഇനി ചെയ്യാനുള്ളത്. മറ്റെല്ലാം അനാവശ്യ ചെലവുകളും ആശ്രിതരുടെ നിലനില്പിനെ അപകടപ്പെടുത്തലുമാണ്'.

രണ്ട്

ഇപ്പോൾ രോഗത്തോടും മരണത്തോടും വ്യത്യസ്തമായ സമീപനങ്ങൾ ഉയർന്നവന്നിരിക്കുന്നു. മുടക്കുമുതലിന്റെ മെച്ചങ്ങളെ നോക്കിയ ശിവശങ്കരൻ അനാവശ്യമായി വീണ്ടും പണം ഇറക്കാൻ തയ്യാറായില്ല. മക്കളോടും സഹജീവികളോടും പ്രത്യേക താല്പര്യങ്ങളില്ലാത്ത അയാൾ മരണം പരിഹാരമാർഗ്ഗമാകുമ്പോൾ ചുരുങ്ങിയ ചിലവിൽ അവസരങ്ങളെ നിർവ്വഹിക്കാനാണ് ഇഷ്ടപ്പെട്ടത്. ഹരിപ്രിയയുടെ ഭാവികാലത്തെ കണ്ട അയാൾ അന്യന്റെ അവകാശംവെയ്ക്കലുകളെ എങ്ങനെ ഒഴിവാക്കാമെന്നാണ് ചിന്തിച്ചത്. രേഖകളിലെ സ്വയാ ർജ്ജിത സ്വത്തിന് തന്റെ തീരുമാനങ്ങൾ തന്നെയാണ് പരിഹാരമാ ർഗ്ഗങ്ങളെന്നും ശിവശങ്കരൻ നിശ്ചയിച്ചു. അനന്തകൃഷ്ണന് ആവശ്യമുള്ള വിദഗ്ധചികിത്സയുടെ ഭാരിച്ച ചിലവുകൾ മരിക്കാൻ വേണ്ട ബാദ്ധ്യത കളായി തീരുകയാണ്.

ദാമോദരന്റെ മുന്നിൽ മകളുടെ അകാല വൈധവ്യവും അച്ഛന്റെ സംരക്ഷണം ലഭിക്കാത്ത ഹരിപ്രിയയുമാണുള്ളത്. കരുതിവെയ്ക്കു കൾ തീർന്ന് കടബാദ്ധ്യത വരുമെങ്കിലും കൃഷ്ണവേണിയുടെ ഭാവിയെ ഭർത്താവിന്റെ അകാലമരണം ഒഴിവാക്കി ജീവിതത്തിന്റെ സമ്പൂർണ്ണ തയിലേക്ക് എത്തിക്കണം. പരിമിതികളില്ലാതെ പണം ഇറക്കിയും അനന്തകൃഷ്ണന്റെ ജീവൻ രക്ഷിക്കാൻ അയാൾ തയ്യാറാണ്. പക്ഷേ ചികിത്സ രോഗശാന്തിയും പരിഹാരമാർഗ്ഗവും ആയിത്തീരണം. പ്ര തീക്ഷകളില്ലാത്ത ജീവന്റെ ചലനങ്ങളും യാദൃശ്ചികമായി വന്നുപെട്ട മരണവും ദാമോദരനെ തളർത്തുന്നു.

ആഘാതമായി തീർന്ന അത്യാഹിതത്തോടും വൈധവ്യത്തിന്റെ വിനിനിശ്ചയങ്ങളോടും കൃഷ്ണവേണി പൊരുത്തപ്പെട്ടു തുടങ്ങി. ദാമ്പത്യ ത്തിന്റെ ഊഷ്മളതയേയും വർണ്ണരഹിതമായ വൈധവ്യത്തിന്റെ അപമാ നങ്ങളേയും അവഗണനകളേയും അവൾക്ക് ഉൾക്കൊള്ളാനായി. മറ്റ ള്ളവരുടെ ദയയിൽ ജീവിക്കുന്ന വിധവ യാതൊന്നിനും അവകാശിയല്ല. ശകുനക്കേടും അവലക്ഷണവുമായ അവൾ നല്ലതുകൾക്ക് വിപത്താണ്. അട്ടക്കളയിലെ അരവ്വകല്ലിനെപോലെ വിധവയുടെ ജീവിതവും തേഞ്ഞ് ച്ചുരുങ്ങി അവസാനിക്കും. അവളുടെ മകൾക്കുപോലും പ്രതീക്ഷയോടെ ജീവിതത്തെ സമീപിക്കാനാവില്ല. ഭാര്യമാരുടെ നിയന്ത്രണത്തിൽ നീങ്ങുന്ന അനുജന്മാർ സ്വന്തം ആവശ്യങ്ങൾക്കാണ് പ്രാധാന്യം നൽകുക. പിന്നെ പ്രായത്തിന്റെ ദുര്യോഗമായ അപമാനങ്ങളേയും ജാരകഥകളേയും ജന്മം മുഴുക്കെ കേൾക്കണം.

ഡോക്ടറുടെ തീരുമാനം യുക്തവും പ്രായോഗികവുമാണെന്ന് ശിവശങ്ക രൻ കരുതി. ചികിത്സകന് മാനുഷികത ആവശ്യമാണെന്ന് ദാമോദരൻ വിചാരിച്ചു.

ദാമോദരനും സദാനന്ദനും നേരിയ പ്രത്യാശയോടെ വീണ്ടും ഡോക്ടറെ കാണുന്നു. ദാമോദരന്റെ പരീക്ഷീണമായ മുഖവും മകളുടെ ഭാവിയെകണ്ട് വിറയ്ക്കുന്ന കൈകാലുകളും ഡോക്ടറുടെ അനുഭവ പരിച യത്തിന്റെ കരിമ്പാറകളെ ഉലച്ചു.

'ഡോക്ടർ എന്റെ മകളുടെ ജീവിതത്തെയാണ് എനിക്ക് രക്ഷിക്കേ ണ്ടത്. നമ്മുടെ നാട്ടിലെ വിധവകളുടെ ജീവിതത്തെ ഡോക്ടർക്ക് അറിയാമല്ലോ. അപശകുനമാകുന്ന അവളെക്കുറിച്ച് എനിക്ക് ചിന്തി ക്കാൻപോലും കഴിയില്ല'.

ദാമോദരൻ സ്വയം മറന്ന് കരഞ്ഞപ്പോൾ സാന്ത്വനത്തിന്റെ താങ്ങോടെ സദാനന്ദൻ അച്ഛനെ ചേർത്തു പിടിച്ചു.

'വിദഗ്ധ ചികിത്സ കിട്ടിയാലും ഏട്ടന് രക്ഷയില്ലേ? ഏട്ടനെ എവിടേയ്ക്കും കൊണ്ടുപോകാൻ ഞങ്ങൾ തയ്യാറാണ്'.

'അതെല്ലാം അനാവശ്യങ്ങളാണ്. എങ്കിലും നമുക്ക് ശ്രമിക്കാം. ഞാൻ സംഭവിക്കാവുന്ന യാഥാർത്ഥ്യത്തെ നിങ്ങളോട്ട പറഞ്ഞു കഴിഞ്ഞു. ചികി ത്സിച്ച നശിക്കുന്നതുകൊണ്ട് മറ്റള്ളവരുടെ ജീവിതവും അപകടത്തി ലാകും. ഇവിടെ തന്നെയുള്ള മറ്റൊരു ആശുപത്രിയിലേക്ക് രോഗിയെ മാറ്റാം. അവിടെ അത്യാധുനിക സംവിധാനങ്ങളും ചികിത്സാരീതികള മുണ്ട്. എങ്കിലും എന്റെ തീരുമാനത്തിന് മാറ്റങ്ങളൊന്നുമില്ല. അനന്ത കൃഷ്ണനെ ശാരീരികവും മാനസികവുമായ വേദനകൾ അറിയിക്കാതെ

      ജീവകാരുണ്യം

മരണത്തിലേക്ക് പ്രവേശിപ്പിക്കുകയാണ് വേണ്ടത്.

'ഡോക്ടർ പറയുന്നത് ശിവശങ്കരന്റെ തീരുമാനം ശരിയെന്നാണ്'.

'അത് പ്രായോഗിക വാദത്തിന്റെ ഒരു വശം. ഒരച്ഛനും അത്തരമൊരു തീരുമാനത്തിൽ എത്തരുത്. അപ്പോൾ മനുഷ്യബന്ധങ്ങൾ വളരെ വിലകുറഞ്ഞതായി തീരും'.

മറ്റൊരാളിന്റെ രോഗപരിണാമത്തിലേക്കും എക്സ്റേ ഫിലീമിലേ ക്കും ശ്രദ്ധതിരിച്ച ഡോക്ടർ സമയത്തിന്റെ പരിമിതികളെ ബോദ്ധ്യപ്പെ ടുത്തികൊണ്ട് പറഞ്ഞു:

'രോഗത്തെക്കുറിച്ചും ചികിത്സാരീതികളെക്കുറിച്ചും അനന്തകൃഷ്ണൻ അറിയരുത്. അയാളുടെ ആത്മബലം പ്രതിരോധശക്തിക്ക് അത്യാവ ശ്യമാണ്'.

കാർത്ത്യായനി ശാസ്ത്രത്തിന്റെ പരിഹാരനിർദ്ദേശങ്ങളെ സ്വീകരിക്ക നില്ല. ദൈവനിശ്ചയത്തിന്റെ നിഗൂഢതകളെ കണ്ടെത്താൻ അവർ ജ്യോത്സ്യൻമാരുടെ മുമ്പിൽ ധ്യാനിച്ചിരുന്നു. പാട്ടർ പടിപ്പുരയും പാല ത്തുള്ളി നാരായണനും ഗ്രഹനിലകളിൽ പ്രതീക്ഷകളും പ്രത്യാശകളും നൽകുകയാണ്. ആയുസ്സിന് ബലക്ഷയമില്ലെന്നും സന്ധികളുടേയും തിഥികളുടേയും കൂടിച്ചേരലാണ് രോഗകാരണമെന്നും ഗ്രഹങ്ങളുടെ ഉച്ച സ്ഥായിയിൽ രോഗങ്ങൾ വിട്ടൊഴിയുമെന്നും അവർ അഭിപ്രായപ്പെടുന്നു.

ദാമോദരന്റെ ചിന്തകളിലും ജീവിതത്തിലും ജ്യോതിഷികളുടെ കണ്ടെ ത്തലുകൾ ആശ്വാസകരമായിത്തീരുന്നു.

വിധിപ്രകാരം ജാതകം ഗണിച്ചും സാമ്യലക്ഷണങ്ങൾ കണ്ടും കൃഷ്ണ വേണിക്ക് പൊരുത്തമുള്ള വരനെ അവർ തിരഞ്ഞെടുക്കുന്നു. ഇരുപ ത്തിരണ്ട് കഴിഞ്ഞ അവളുടെ ജാതകം ദോഷസാമീപ്യങ്ങൾക്കുവേണ്ടി യുവാക്കളുടെ മാറ്റരച്ചു. പുനർവിവാഹത്തിന്റെ നിലവാര താഴ്ചയോടെയാ ണെങ്കിലും ദുശ്ശീലങ്ങൾ ഇല്ലാത്ത അനന്തകൃഷ്ണനെ അയാളുടെ രാഷ്ട്രീയ ചായ്‌വോടെ തന്നെ ദാമോദരൻ സ്വീകരിച്ചു. കാർത്ത്യായനിയേയും കൃഷ്ണവേണിയേയും അയാൾക്ക് കുറേ നിർബന്ധിക്കേണ്ടിവന്നു. ഗണന, പ്രശ്നങ്ങളിൽ കാണാത്ത വൈധവ്യയോഗത്തെ അംഗീകരിക്കാൻ അവർ സന്നദ്ധരല്ല. ഗ്രഹഫലങ്ങൾ പിഴതെറ്റാതെ വന്നുകൂടുന്ന ജീവി തസംഭവങ്ങളും ദൈവ നിശ്ചയങ്ങളുമാണ്.

ശ്രദ്ധാകേന്ദ്രത്തിൽനിന്ന് രോഗാവസ്ഥയുടെ അവഗണനയി ലേക്ക് വീണ അനന്തകൃഷ്ണൻ വിലകുറഞ്ഞ് അന്യാധീനമാകുന്ന തന്റെ അവസ്ഥയെ തിരിച്ചറിയുന്നില്ല. അയാൾക്ക് സ്വസ്ഥമായി എണീക്കാനോ പരസഹായമില്ലാതെ നടക്കാനോ കഴിഞ്ഞില്ല. വേദന

ജീവവായുവിനെപൊലെ ശരീരത്തിന്റെ ഭാഗമായി തീർന്നിരിക്കുന്നു. ആൾക്കൂട്ടത്തിന്റെ ശ്രദ്ധാകേന്ദ്രമായും സാവകാശങ്ങളില്ലാതെയും ജീവിച്ച അയാൾക്ക് ഒറ്റപ്പെടലിന്റെ അപമാനങ്ങളെ നേരിടേണ്ടിവന്നു. ദ്രാവകങ്ങളാണ് ഭക്ഷണമെങ്കിലും സമയപാലനത്തോടെ ബെഡ്പാനിലേക്ക് വിസർജ്ജ്യങ്ങൾ ഒഴുകി. മെലിഞ്ഞ തളർന്ന കാലുകളും പരസഹായത്തിന്റെ പരിമിതികളും അഭിമാനത്തെ ഉപേക്ഷിക്കാൻ അയാളെ പ്രേരിപ്പിക്കുന്നു.

ഓപ്പറേഷനും ഡോക്ടറുടെ വെളിപ്പെടുത്തലുകൾക്കും ശേഷം രാഷ്ട്രീയക്കാരുടേയും സുഹൃത്തുക്കളുടേയും വരവ്കുറഞ്ഞു. അനന്തകൃഷ്ണന്റെ കാലാവധി നിശ്ചയിച്ച അവർ അകാലത്തിൽ വീണ അയാളോട് ഖേദം പ്രകടിപ്പിക്കുകയും പുത്തൻ വിഗ്രഹങ്ങളെ തേടുകയുമാണ്. അടുത്ത തിരഞ്ഞെടുപ്പിൽ അനന്തകൃഷ്ണൻ എം.എൽ.എ. ആകേണ്ടതാണ്. രാഷ്ട്രീയത്തിൽ തുടർന്നാൽ കേന്ദ്രത്തിലെ കാബിനറ്റ് മന്ത്രിസ്ഥാനം വരെ പ്രതീക്ഷിക്കാം. അനന്തകൃഷ്ണന്റെ രാഷ്ട്രീയ ജീവിതത്തിലും വ്യക്തി ജീവിതത്തിലും രോഗം അകാലമരണത്തിന്റെ സൂചകമാകുന്നു.

രോഗാവസ്ഥയേയും മനുഷ്യന്റെ പരിമിതികളേയും അനന്തകൃഷ്ണൻ തിരിച്ചറിഞ്ഞു. രോഗം മാറിയാൽ ചെയ്തുതീർക്കേണ്ട സാമൂഹ്യ പ്രവർത്തനങ്ങളെക്കുറിച്ച് സമയം കളയാൻ അയാൾ ചിന്തിച്ചുകൊണ്ടിരുന്നു.

കൃഷ്ണവേണിയും കാർത്ത്യായനിയും അത്യാവശ്യ സാധനങ്ങളെ അടുക്കിവെച്ചു; അവർ യാത്രക്കൊരുങ്ങുന്നതു കണ്ടപ്പോൾ അനന്തകൃഷ്ണന്റെ ഉള്ളിൽ സംശയങ്ങളുടെ ചുരുൾ വിടർന്നു.

'ഇനിയും എവിടേക്കാണ്? ഈ ആശുപത്രിയിൽ തന്നെ നല്ല ചികിത്സ കിട്ടും. പത്തുദിവസം കഴിഞ്ഞാൽ വീട്ടിലേക്കു പോകാമെന്ന് ഡോക്ടർ പറഞ്ഞിട്ടുണ്ട്.'

കഷ്ടതകൾ നിറഞ്ഞ ഭാവികാലത്തെ കണ്ട കൃഷ്ണവേണി മറുപടി പറയാതെ സൂട്ട്കേസ്സിൽ തുണികൾ അടുക്കിവെച്ചു. അവൾ ബെഡ്പാനും കിടക്കവിരിയും വൃത്തിയാക്കി. മകളുടെ അലംഭാവത്തെ ശ്രദ്ധിച്ച കാർത്ത്യായനി പതുക്കെ പറഞ്ഞു:

'നീ അവനെ വിഷമിപ്പിക്കരുത്.'

'ഞാൻ അന്നേ എതിർത്തതാണ്. നിങ്ങളെല്ലാവരും കൂടിയാണ് എന്നെ ഈ കുഴിയിൽ വീഴ്ത്തിയത്. അച്ഛനാണല്ലോ ദൈവം! ഇപ്പോൾ ദൈവത്തിനും മകനെ വേണ്ട. പിശുക്കൻ, ദ്രോഹി, പിശാച്....'

'അച്ഛനെന്തെപറ്റി? ഇപ്പോൾ എന്തുണ്ടായി?'

അനന്തകൃഷ്ണന്റെ ക്ഷീണിച്ച വാക്കുകൾ പതുക്ക് ഇഴഞ്ഞ് ചുവരുകളിൽ

                         ജീവകാരുണ്യം

തട്ടി അലസി. പണിനിർത്തി മുമ്പോട്ടുവന്ന കൃഷ്ണവേണി വിദ്വേഷം മുഴക്കെ വാക്കുകളിൽ നിറച്ചു.

'എണീറ്റ ചെന്ന് അച്ഛനോട്ട ചോദിക്ക്'

അസ്വാഭാവിക രീതികളെ നേരിട്ട അനന്തകൃഷ്ണൻ നിശ്ശബ്ദതയിലേക്ക് പിൻവാങ്ങി. ലോകത്തിന്റെ അതിരുകൾ രോഗാവസ്ഥയിൽ ഒതുങ്ങിയ അയാൾക്ക് പ്രതിഷേധിക്കാനും പ്രതികരിക്കാനുമുള്ള അവസരം നഷ്ടപ്പെട്ടിരിക്കുന്നു. അനന്തകൃഷ്ണന്റെ ഇതുവരെയുള്ള ജീവിതം കീഴട ങ്ങലിന്റെ സമ്പാദ്യങ്ങളും നല്ലവനാകാനുള്ള തീവ്രശ്രമങ്ങളമായിരുന്ന വല്ലോ. കൃഷ്ണവേണിയോട് പരിഭവിക്കാതെ ഇടപഴകുന്ന അയാൾക്ക് അവളുടെ ഉള്ളിലിരുപ്പിനെ വ്യക്തമായും അറിയാം. ആധ്യവിചാരങ്ങളും ജാതകദോഷങ്ങളും വിവാഹം വൈകിക്കുമ്പോഴും ബന്ധം വേർപ്പെട്ട ത്തിയവന്റെ രണ്ടാം ഭാര്യയാകാൻ അവൾ ആഗ്രഹിച്ചതല്ല. എവിടേയും അന്യാത്മാവായി നടന്ന അയാളെ ഒഴിഞ്ഞുമാറ്റത്തിന്റെ വ്യക്തിത്വമായി അവൾ കണ്ടെത്തി. ഭാര്യയെയും മകളേയും മനുഷ്യബന്ധങ്ങളിലെ സത്യത്തേയും ഉൾക്കൊള്ളാൻ അനന്തകൃഷ്ണന് കഴിഞ്ഞിട്ടില്ല.

നിസ്സഹായയായ രാധാമണിയും അവളുടെ നനഞ്ഞു കുതിർന്ന കണ്ണുകളും അനന്തകൃഷ്ണന്റെ മനസ്സിൽ തെളിമയോടെ നിലനിന്നു. രാധാമണി അയാളുടെ ആദ്യ ഭാര്യയാണ്. സമ്പന്നകുടുംബത്തിലെ ഏക മകളെ പ്രലോഭനങ്ങളോടെ ശിവശങ്കരൻ വീട്ടിലെത്തിച്ചു. ഗണപൊരുത്തങ്ങളും സ്വർണ്ണളുക്കങ്ങളും നിശ്ചയിച്ച് അനന്തകൃഷ്ണ ന്റേയും രാധാമണിയുടേയും വിവാഹം നടന്നു. സമ്പന്നയായ അവളെ അധികഭാരത്തോടെ ശിവശങ്കരൻ ആദരിച്ചു. ഇരുനില വീടിന്റേയും ഏക്കറ് നിലങ്ങളുടേയും അധിപനാകാനുള്ള മോഹത്തെ പ്രായോഗി കമാക്കാനുള്ള വഴികളാണ് അയാൾ തിരഞ്ഞത്.

അച്ഛന്റെ മനസ്സറിയുമ്പോഴും സമാധാനത്തിന്റെ മാർഗ്ഗങ്ങൾ തേടിയ അനന്തകൃഷ്ണൻ രാധാമണിയിൽ ആത്മീയമായ സൗഖ്യവും സഖ്യവും അനുഭവിച്ചു. അയാൾക്കുവേണ്ടി കഷ്ടപ്പാടുകളെ അവഗണിക്കാൻ അവളും തയ്യാറായതാണ്. അത്യാവശ്യങ്ങളെ പറഞ്ഞ് ആഭരണങ്ങളെ വാങ്ങിച്ച ശിവശങ്കരൻ അവ വിറ്റ് ഭ്രമിവാങ്ങിക്കുമ്പോഴും രാധാമണി പ്രതിഷേധിക്കുന്നില്ല. അടക്കവഴക്കങ്ങൾ സമാധാനത്തിന്റേയും സാന്ത്വ നത്തിന്റേയും മാർഗ്ഗമാണെന്ന അറിവിൽ അവൾ ഉറച്ചുനിന്നു.

ഇക്കാലത്താണ് അനന്തകൃഷ്ണന്റെ പെങ്ങൾ വസുന്ധരയ്ക്ക് വിവാഹാ ലോചന വരുന്നത്. മിലിട്ടറി ഓഫീസറായ അയാൾ അമ്പതുപവനിലും ഇരുപത്തയ്യായിരത്തിലും വിവാഹമുഹൂർത്തങ്ങളെ നിശ്ചയിക്കുന്നു. ഗണിത ജ്ഞാനത്തിൽ മുഴകിയ ശിവശങ്കരൻ ജോതിർലഗ്നങ്ങളോടെ

വിവാഹം ഉറപ്പിച്ചു. പിന്നീട് അയാൾ പവനും പണവും തികക്കാൻ ഉള്ള ബദ്ധപ്പാടിലാണ്. അയാളുടെ ചിന്തകളും കൂട്ടിക്കിഴിക്കലുകളും രാധാമണിയെ കേന്ദ്രമാക്കി. അനന്തകൃഷ്ണൻ അഭിപ്രായങ്ങളും നീരസ ങ്ങളുമില്ലാതെ പ്രകോപനങ്ങളിൽനിന്ന് ഒഴിഞ്ഞുമാറി.

ഉത്തരവാദിത്തത്തിൽനിന്ന് ഒഴിഞ്ഞുമാറുന്ന അനന്തകൃഷ്ണനെ കണ്ട് സഹികെട്ട ശിവശങ്കരൻ സ്ക്കൂളിലേക്ക് പുറപ്പെട്ട അയാളുടെ വഴിതട ഞ്ഞു. അച്ഛന്റെ രൗദ്രഭാവത്തെ കണ്ട അയാൾ രക്ഷയ്ക്കായി രാധാമണി യേയും അമ്മയേയും ദയനീയമായി നോക്കി.

'ഞാൻ ആരോടും മയത്തിലും തഞ്ചത്തിലും സംസാരിക്കാറില്ല. നിന്റെ പെങ്ങളുടെ കല്ല്യാണം അടുത്ത പതിനേഴിനാണ്. ഇരുപത്തഞ്ച് പവൻ നീ ഉണ്ടാക്കണം'.

'അതിന് ഞാൻ....'

'അതിനുവേണ്ടിയാണ് പണക്കാരിയായ ഒരുത്തിയെ ഇവിടെ കൊണ്ട വന്നത്. പവനോ പണമോ അവർ തരണം. അല്ലെങ്കിൽ അവളുടെ ഭാഗം വാങ്ങിക്കണം. നീ ഇന്ന് സ്ക്കൂളിൽ പോവരുത്. അവളുടെ അച്ഛനെ കണ്ട് രണ്ടിലൊന്ന് അറിഞ്ഞുവന്നാൽ മതി'.

ശിവശങ്കരന്റെ ആജ്ഞകളെ അനുസരിച്ച് അനന്തകൃഷ്ണനും രാധാമണിയും വീട്ടിലെത്തി. പിന്നീട് അയാൾ തനിയെ മടങ്ങിവരുന്നു. സംഭവങ്ങളുടെ ചുഴിഎണ്ണിയ ശിവശങ്കരൻ കൂടുതലൊന്നും ചോദിക്ക ന്നില്ല. വസുന്ധരയുടെ വിവാഹത്തിനുശേഷം മകളെ അയക്കാമെന്ന നിലപാടിൽ രാധാമണിയുടെ അച്ഛൻ ഉറച്ചുനിന്നു.

പിന്നീട് ശിവശങ്കരൻ സംഭവങ്ങളെ നിയന്ത്രിച്ച് അവസരങ്ങൾക്ക് എളുപ്പവഴി കണ്ടെത്തുന്നു. രേഖകളിൽ അച്ഛന്റെ കാലശേഷമാണ് രാധാമണി സ്വത്തുക്കളുടെ ഉടമയാകുക. അതോടെ ശിവശങ്കരന്റെ ഇഷ്ടങ്ങളും താൽപര്യങ്ങളുമാണ് നടപ്പിലാകുക. ചെനകത്തൂർ പൂരം കണ്ട് ഇടവഴിയിലേക്ക കയറിയ രാധാമണിയുടെ അച്ഛൻ മാരകമായി ആക്രമിക്കപ്പെട്ടു. മുതുകിൽ കത്തി താഴുമ്പോൾ ഇടന്തിരിഞ്ഞ അയാൾ പരിക്ഷീണനെങ്കിലും അക്രമിയുടെ മുഖംമൂടി വലിച്ചുമാറ്റി. ഓടിക്കൂടിയ ആൾക്കൂട്ടത്തിന്റെ നിലവിളികളേയും പ്രത്യാക്രമണത്തിന്റെ മാരക ഫലങ്ങളേയും തിരിച്ചറിഞ്ഞ ശിവശങ്കരൻ ഇരുട്ടിൽ അപ്രത്യക്ഷ നാകുന്നു.

രാധാമണിയുടെ അച്ഛനെ വധിച്ച് വമ്പിച്ച സ്വത്തുക്കളുടെ അവകാശി യാകാനുള്ള ശിവശങ്കരന്റെ നീക്കം അങ്ങനെ അവസാനിക്കുന്നു.

പിന്നീട് രാധാമണി അനന്തകൃഷ്ണന്റെ ജീവിതത്തിലേക്ക്

 ജീവകാരുണ്യം

കടന്നുവരുന്നില്ല. വിദ്യാഭ്യാസവും സൽസ്വഭാവവുമുള്ള ഇടത്തരക്കാര നായ ഒരാളെ അവൾ പുനർവിവാഹം ചെയ്തു. തുടർന്ന് രാധാമണിയുടെ അച്ഛൻ പണമിറക്കി മരുമകനെ ഡോക്ടറാക്കിയെന്നും അനന്തകൃഷ്ണൻ കേട്ടറിഞ്ഞു. അനന്തകൃഷ്ണന്റെ തിരക്കുപിടിച്ച ദിവസങ്ങളിൽ അസ്വസ്ഥ മായ ഓർമ്മയായി ഇടയ്ക്കിടെ രാധാമണി കടന്നുവരാറുണ്ട്.

കൃഷ്ണവേണി അനന്തകൃഷ്ണന്റെ ജീവിതത്തിൽ സൈ്വരക്കേടായി മാറി. ബലിഷ്ഠനും നിർദ്ദയനുമായ അച്ഛന്റെ ആജ്ഞകളെ അയാൾ അനുസരിച്ചു. ആൾക്കൂട്ടത്തിന്റെ ലഹരിയിൽ മുങ്ങാനും അങ്ങനെ സ്വയം മറക്കാനും അനന്തകൃഷ്ണൻ തയ്യാറായി.

കൃഷ്ണവേണിയുടെയും സദാനന്ദന്റെയും തോളിൽ കയ്യിട്ട് അനന്തകൃ ഷ്ണൻ പതുക്കെ നടന്നു. അയാൾ പരിചയക്കാരെ കണ്ട് ദൈന്യതയോടെ പുഞ്ചിരിച്ചു. ശിവശങ്കരനും കല്ല്യാണിയമ്മയും ഇപ്പോൾ കാഴ്ചക്കാരായി മാറിനിൽക്കുന്നു. കുറേ ഖദറുകൾ അവർക്ക് നടക്കാൻ വഴിവിടുന്നു. ഉണ്ണിക്കൃഷ്ണൻ മാഷ് വാനിന്റെ മുൻ സീറ്റിൽ തന്നെയുണ്ട്.

കൃഷ്ണവേണിയുടേയും സദാനന്ദന്റേയും മടികളിൽ അനന്തകൃ ഷ്ണൻ അവശനായികിടന്നു. അയാൾ പ്രയോജനശൂന്യമായ തന്റെ അവസ്ഥയെ അറിഞ്ഞ് മുഖംതിരിച്ചു. ഉത്തരവാദിത്തത്തിന്റെ ബാദ്ധ്യ തകളിൽ നിന്ന് ഒഴിഞ്ഞുമാറിയ ശിവശങ്കരൻ ലാഘവത്തോടെ പറഞ്ഞു:

'ഇനി നീ ഭാര്യ വീട്ടുകാരുടെ കയ്യിലാണ്. രക്ഷാകർത്താക്കൾ കാര്യ ങ്ങൾ കൊണ്ടു നടക്കട്ടെ. അച്ഛനില്ലാത്ത ബന്ധവും സഹാനുഭൂതിയു മാണ് ഇവർക്ക്'.

'പ്രയോജനശൂന്യനായ മകനെ നിങ്ങൾക്ക് വേണ്ടായിരിക്കും. എനിക്ക് പെങ്ങൾ വിധവയാകുന്നത് കണ്ടുനിൽക്കാനാവില്ല'.

ശിവശങ്കരന് ക്രൂരമായ മറുപടി നൽകിയ സദാനന്ദൻ തർക്കങ്ങൾക്ക് പ്രതിവിധിയായി ഡ്രൈവറോട് പറഞ്ഞു.

'വണ്ടി വിട്. ഇയാളോട് തർക്കിച്ചാൽ ഞാനെന്തെങ്കിലും ചെയ്യും'.

വാഹനത്തിന്റെ കുലുക്കങ്ങളും റോഡിന്റെ തിരിഞ്ഞു നിവരലുകളും അസഹ്യമായ വേദനയായി അനന്തകൃഷ്ണന് അനുഭവപ്പെട്ടു. അയാളുടെ ചിന്തകൾ സാവകാശം പരിസരബോധത്തെ ഉൾക്കൊണ്ടു തുടങ്ങി. അതൊരു ഞെട്ടിക്കുന്ന അനുഭവമായി അനന്തകൃഷ്ണന്റെ മനസ്സിലേക്ക് ഇറങ്ങിച്ചെന്നു. രാഷ്ട്രീയക്കാരും സുഹൃത്തുക്കളും രോഗത്തിന്റെ സങ്കീ ർണ്ണത കണ്ട് പിൻമാറി. അച്ഛനും രക്തബന്ധങ്ങളും പ്രതീക്ഷ ഇല്ലാതെ ചികിത്സാഭാരത്തെ ഏറ്റെടുക്കാൻ തയ്യാറാകുന്നില്ല. വസുന്ധരയും മക്കളും മറ്റുള്ളവരെ ബോധിപ്പിക്കാൻ ആശുപത്രിയിൽ വന്നുപോയി.

ജനസാന്ദ്രതയിൽനിന്നും പുറന്തള്ളപ്പെട്ട അനന്തകൃഷ്ണൻ ജനവാസമി ല്ലാത്ത ശൂന്യതയിൽപ്പെട്ടതുപോലെ അസ്വസ്ഥനായി.

ആശുപത്രിയോട് അനുബന്ധിച്ചുള്ള അനക്സിൽ അനന്തകൃഷ്ണനും കൂട്ടരും താല്ക്കാലിക ഒരുക്കങ്ങളോടെ കയറിക്കൂടി. രോഗനിർണ്ണയത്തിന് വരുന്നവരും രോഗശാന്തിക്കു ശേഷം കരുതൽ പരിശോധന നടത്തുന്ന വരും താമസിക്കുന്ന മുറികൾ. മരുന്നിന്റെ തീക്ഷ്ണഗന്ധമോ മരണത്തിന്റെ സജീവ സാന്നിദ്ധ്യമോ അനക്സിലേക്ക് കടന്നു വരുന്നില്ല. സന്ദർശക രക്ക് സൗകര്യംപോലെ വന്നുപോകാവുന്നതുമാണ്.

അനന്തകൃഷ്ണൻ അപ്പോഴും വ്യക്തമായ നിശ്ചയങ്ങളിൽ എത്തിച്ചേ രാൻ കഴിയാതെ അമ്പരന്നു. കാലിലെ വേദന മരണവ്യാധിയുടെ ബാഹ്യലക്ഷണങ്ങളാണെന്ന് അയാൾ തിരിച്ചറിയുന്നില്ല. അനക്സിലെ രോഗമുക്തമായ അന്തരീക്ഷം അയാളുടെ മനസ്സിലേക്ക് അനാവശ്യ സംശയങ്ങളേയും സൂചകങ്ങളേയും കടത്തിവിടുന്നില്ല.

അനന്തകൃഷ്ണന്റെ വിരലുകളെ അമർത്തിപ്പിടിച്ച ഉണ്ണികൃഷ്ണൻമാഷ് വിടപറയാൻ ഒരുങ്ങി വാക്കുകളെ പിൻവലിച്ചു. അയാളുടെ കണ്ണുകളിൽ ഒരു ജന്മം മുഴുക്കെയുള്ള നന്ദിയും ദുഃഖങ്ങളും നിറഞ്ഞു.

'ഞാൻ ഇടയ്ക്കിടെ വരും. അവിടെ ഭാര്യയും മക്കളും തനിച്ചാണ്. രാത്രി തന്നെ തിരിച്ചെത്തണം.'

എല്ലാവരും സ്വന്തം സുഖസൗകര്യങ്ങളിലേക്ക് മടങ്ങുമ്പോൾ അനന്ത കൃഷ്ണൻ വീണ്ടും ഏകാന്തതയിലേക്ക് വീഴുന്നു. തളർന്ന് വീണപ്പോഴാണ് ശക്തിയേയും ശക്തനെ ചുറ്റിപ്പറ്റിയ ജനക്കൂട്ടത്തേയും കുറിച്ച് അയാൾക്ക് ബോദ്ധ്യം വരുന്നത്.

സദാനന്ദനെ കൂടെ വിളിച്ച് ഇറങ്ങിയ ഉണ്ണികൃഷ്ണൻമാഷ് ചെയ്തു തീർക്കാനാവാത്ത കടപ്പാടുകളെ വിവരിച്ചു തുടങ്ങി.

'ഒന്നാന്തരം മുതൽക്കുള്ള സുഹൃത്തുക്കളാണ് ഞങ്ങൾ. ഞാൻ പഠിച്ചതും മാഷായതുമെല്ലാം അനന്തകൃഷ്ണന്റെ സഹായം കൊണ്ടാണ്. അനന്തകൃഷ്ണന്റെ പങ്കുചോറിൽ നിന്നാണ് ഭക്ഷണത്തിന്റെ സ്വാദ് ഞാനറിഞ്ഞത്. ജീവൻ കൊടുത്തും അനന്തകൃഷ്ണനെ രക്ഷിക്കാൻ ബാദ്ധ്യതപ്പെട്ടവനാണ് ഞാൻ. ഈ രോഗത്തിന് ആർക്കും ഒന്നും ചെയ്യാൻ കഴിയില്ലല്ലോ.....'

വരുമാനത്തിന് മുൻതൂക്കം നൽകിയ ശിവശങ്കരൻ ഒഴിവുകൾക്ക് നിലവാരം നിശ്ചയിച്ച് പുതിയ അദ്ധ്യാപകരെ കണ്ടെത്തുന്നു. അനന്ത കൃഷ്ണൻ ജീവിതത്തിൽ ആദ്യമായി അച്ഛനെ നേരിട്ടുകയും സ്വന്തം തീരുമാനത്തെ നടപ്പിൽവരുത്തുകയുമാണ്. ഭാര്യയും മക്കളുമായപ്പോഴും

തറവാട്ടിലെ വിധവയായ പെങ്ങൾക്കും കുട്ടികൾക്കും ഉണ്ണികൃഷ്ണൻ മാഷ് രക്ഷകനായി. അയാളുടെ മാസപങ്കുപറ്റി വിശപ്പിന്റെ അപമാനങ്ങളി ല്ലാതെ അവർ ജീവിക്കുന്നു. മാസത്തിന്റെ ഒന്നാം പകുതിയിൽ ദരിദ്രനാ കുന്ന ഉണ്ണികൃഷ്ണൻ മാഷിനെ അനന്തകൃഷ്ണൻ എപ്പോഴും സഹായിക്കാറു ണ്ട്. മടക്കംവെയ്ക്കലുകളില്ലാത്ത അത്തരം സഹായങ്ങൾ വിവാഹങ്ങളും ചാവടിയന്തരങ്ങളമാകമ്പോൾ വിലമതിപ്പുള്ള സംഖ്യയായി മാറുന്നു.

ഉണ്ണികൃഷ്ണൻ മാഷിന്റെ കൂടെ ബസ്സ് സ്റ്റോപ്പുവരെ സദാനന്ദനും നടന്നു. വേനൽച്ചടിനെ പിന്തള്ളിയ അവരുടെ മനസ്സുകൾ കാലത്തിന്റെ നിർവ്വി കാരമായ നിശ്ചയങ്ങളിൽ വീണുരുണ്ടു.

'എന്തും നേരിടാൻ സദാനന്ദൻ തയ്യാറായിരിക്കണം. മനസ്സിന്റെ ശക്തിയാണ് ആവശ്യം. മറ്റുള്ളവരെ ആശ്വസിപ്പിക്കേണ്ടതും അവർക്ക് ശക്തി നൽകേണ്ടതും സദാനന്ദനാണെന്ന് മറക്കരുത്'.

'ഞാനെന്തു ചെയ്യാനാണ്? ഞാനും തളർന്നു കഴിഞ്ഞു മാഷെ. ചേച്ചിയെ ഓർക്കുമ്പോൾ എന്റെ മനസ്സിന്റേയും നിലതെറ്റുകയാണ്. ഈ പ്രായത്തിൽ.... അവൾ ജീവിതം അറിഞ്ഞിട്ടേയില്ല.....'

പൊതുവഴിയേയും ആൾക്കൂട്ടത്തിന്റെ നടുക്കുള്ള പെരുമാറ്റ രീതികളേയും മറന്ന സദാനന്ദൻ പൊട്ടിപ്പിളരുന്ന ഒച്ചയോടെ നിലമറ ന്നു കരഞ്ഞു. ആശുപത്രി കാഴ്ചകൾ കണ്ടു പഴകിയ ജനക്കൂട്ടം അവരെ സ്വകാര്യതകളിലേക്ക വിട്ട് അകന്നുമാറി.

പ്രതിവിധികളില്ലാത്ത രോഗത്തേയും രോഗിയുടെ ഗുരുതരാവസ്ഥയേ യും കുറിച്ച് ബോദ്ധ്യമുള്ള സദാനന്ദൻ വളർന്നു വികസിച്ച് അത്യാസന്നമാ കുന്ന മരണത്തെ കാത്തിരുന്നു. വിട്ടുപിരിയുമ്പോൾ മനസമാധാനമായി ലഭിക്കേണ്ട കാരുണ്യത്തിനും സ്നേഹത്തിനും വേദനകളുടെ ശമന ത്തിനും വേണ്ടിയാണ്; അങ്ങനെ മനുഷ്യബന്ധത്തിന്റെ ദാർഢ്യത്തിന വേണ്ടിയാണ്, അയാൾ അനന്തകൃഷ്ണനെ ആശുപത്രിയിൽ എത്തിക്ക ന്നത്. വേദന അറിയാതെയും വേണ്ടപ്പെട്ടവരുടെ ശുശ്രൂഷയോടെയും തന്റെ തലമുറകൾക്ക് രക്ഷകരുണ്ടെന്ന വിശ്വാസത്തോടെയും മരിക്കുക മഹാഭാഗ്യമാണ്. അനന്തകൃഷ്ണന് അത്തരമൊരു സൗഭാഗ്യം സൃഷ്ടിക്കാ നാണ് സദാനന്ദൻ ശ്രമിച്ചത്.

ജീവിതത്തിന്റെ പ്രസരിപ്പുകൾക്ക് അന്ത്യവിധി നിർണ്ണയിക്കപ്പെട്ട മ്പോൾ പഠിച്ചറിവുകൾ അനുഭവങ്ങൾക്ക് കീഴടങ്ങുന്നു. ജന്മദുരന്തത്തെ ഏറ്റുവാങ്ങുന്ന മനസ്സ് പാറയുടെ നിർജ്ജീവമായ കാഠിന്യത്തിലേക്ക് എത്തുന്നു.

രോഗിയും രോഗാവസ്ഥയുമായി പൊരുത്തപ്പെടാൻ അവർക്ക്

പെട്ടെന്ന് കഴിഞ്ഞു.

മകളുടെ വരുംകാലത്തെ കണ്ട് ഭ്രമിച്ച് പതറിയ ദാമോദരൻ ആഭര ണങ്ങൾ പണയംവെച്ചും കടംവാങ്ങിയും ചികിത്സക്കുവേണ്ട പണം കണ്ടെത്തുന്നു. കാർത്ത്യായനി ദിവസേന ഉച്ചയോടെ രണ്ടുനേരത്തെ ആഹാരവും മാറ്റവസ്ത്രങ്ങളുമായി വരുന്നു. പലപ്പോഴും അവരുടെ കയ്യിൽ ദോഷപരിഹാരത്തിനുള്ള പ്രസാദമുണ്ടാകും. ഗ്രഹനിലകളിലും ഗണ്ഡാന്ത സന്ധികളിലും മരണം കാണാത്ത കാർത്ത്യായനി വീണ്ടും ജ്യോതിഷികളുടെ ഫലശ്രുതി കേൾക്കുന്നുണ്ട്. പരിഹാരനിർദ്ദേശങ്ങളെ അനുസരിച്ച അവർ അനന്തകൃഷ്ണന്റെ ദീർഘായുസ്സിനുവേണ്ടി മൃത്യു ഞ്ജയ ഹോമം കഴിച്ചു. മന്ത്രവാദി ആവാഹിച്ച് രക്ഷചെയ്ത ചരടും കൂടം അനന്തകൃഷ്ണന്റെ കയ്യിൽകെട്ടിയ അവർ രക്ഷാമന്ത്രങ്ങളെ ആവർത്തി ച്ച് ജപിക്കാനും നിർബന്ധിച്ചു. മകളുടെ അകാല വൈധവ്യത്തേയും വർണ്ണങ്ങളില്ലാതെ അപശകുനമാകുന്ന ജീവിതത്തേയും അവർക്ക് ഒഴിവാക്കേണ്ടിയിരുന്നു. പ്രശ്നങ്ങളും ഗണനങ്ങളും അനന്തകൃഷ്ണന്റെ അകാലമരണത്തെ പ്രവചിക്കുന്നുമില്ല.

അനന്തകൃഷ്ണന്റെ രോഗം പ്രകടമായ മാറ്റങ്ങളില്ലാതെ തുടരുകയാണ്. നിലമാറാത്ത കിടപ്പിൽ അയാളുടെ ശരീരവും മനസ്സും മരവിച്ചിരിക്കു ന്നു. കണ്ണുകളിലെ തെളിച്ചം മങ്ങി കാഴ്ചകൾ എവിടേയും ഉറയ്ക്കാതെ അലയുന്നു. ആഴ്ചയിൽ രണ്ടുതവണ റേഡിയേഷന് വിധേയനാകുന്നു ണ്ടെങ്കിലും രോഗത്തേയും തന്റെ അവസ്ഥയേയും കുറിച്ച് അയാൾ അറിയുന്നില്ല. സദാനന്ദൻ വീതിച്ച നൽകിയ പണത്തിന്റെ പിൻബല മാണ് എവിടേയും. കാൻസർ വാർഡിന് തൊട്ടടുത്തുള്ള റേഡിയേഷൻ തിയ്യേറ്ററിലേക്ക് നിലകളും ഇടനാഴികളും ചുറ്റിതിരിഞ്ഞ് ആശുപത്രി ജീവനക്കാർ അനന്തകൃഷ്ണനെ എത്തിക്കുന്നു. അയാളെ കൊണ്ടുപോ കുമ്പോൾ വഴിക്കുള്ള കാൻസറിന്റെ സൂചകങ്ങളെ അവർ താല്ലാരിക മായി മറച്ചുവെയ്ക്കുന്നു. റേഡിയേഷൻ തിയ്യേറ്ററിന്റെ ബോർഡുപോലും കമഴ്ത്തികിടക്കും. ബോധശൂന്യതയിൽ നിന്നുണർന്ന അനന്തകൃഷ്ണൻ ഞരമ്പുകൾ കരിഞ്ഞ പാടുകളോടെ അനക്സിലേക്ക് മടങ്ങി എത്തും. യാന്ത്രികമായി ഒരുക്കിവെച്ച ചുറ്റുപാടുകൾ അയാളെ നിസ്സംഗമായി സ്വീകരിക്കുന്നു. ദിനകൃത്യങ്ങളെപോലെ രോഗാവസ്ഥയും സ്വാഭാവിക രീതികളായി തീരുകയാണ്.

പ്രതിരോധശക്തി നിരന്തരം ക്ഷയിച്ച കട്ടിലിന്റെ ഭാഗമായി തീരുമ്പോഴും അനന്തകൃഷ്ണന്റെ ഉള്ളിൽ പ്രതീക്ഷകൾ നിലനിന്നു. രോഗം താല്ലാലികമാണെന്ന് അയാൾ കരുതി. ഭക്ഷണങ്ങൾ ദ്രാവകങ്ങളിൽ നിന്ന് ക്രമനിയമങ്ങളില്ലാത്ത രീതികളിലേക്ക് എത്തുമെന്ന് അയാൾ

പ്രതീക്ഷിച്ചു. അതോടെ ആൾക്കൂട്ടത്തിന്റെ ബഹുമാന്യതകളിലേക്കും ജീവിതത്തിന്റെ സ്വാഭാവികതകളിലേക്കും മടങ്ങാമെന്ന് അയാൾ വിശ്വ സിച്ചു. അവയവങ്ങളുടെ സ്വാഭാവിക ചലനങ്ങൾ വഴിപിരിഞ്ഞതോടെ അനന്തകൃഷ്ണന്റെ മനസ്സിൽനിന്ന് പ്രസരിപ്പിന്റെയും യൗവ്വനത്തിന്റെയും തുടിപ്പുകൾ മായ്ഞ്ഞുതുടങ്ങി. ജീവിതം ജന്മം മുഴുക്കെ നീളുന്ന രോഗാവ സ്ഥയായി അയാൾക്ക് അനുഭവപ്പെടുകയാണ്.

അപ്പോഴും അനന്തകൃഷ്ണൻ ദിനകൃത്യങ്ങളുടെ ക്രമസംവിധാനത്തെ പൂർണ്ണമായും നിലനിർത്തി. ലോകവും പരിസരവും വാർത്താവിശേ ഷങ്ങളായി പത്രങ്ങളിലൂടെ അയാളുടെ മുമ്പിലെത്തി. വിഷാദത്തിന്റെ പ്രകടമായ ധാരണകളെ തിരുത്താൻ അയാൾ നിത്യേന താടിരോ മങ്ങളെ വടിച്ചുമാറ്റി. ഇസ്തിരിയിട്ട വസ്തുക്കളോടെ ഇരുന്ന അയാൾ സന്ദർശകർക്ക വേണ്ട പുഞ്ചിരിയേയും കരുതിവെച്ചു.

അനന്തകൃഷ്ണന്റെ ഭാഗികമായ ചലനങ്ങളിലും ക്ഷീണിച്ച വാക്കുകളിലും കൃഷ്ണവേണി അകാലവൈധവ്യത്തെ കാണുന്നു. വിധവയുടെ ചിന്തക ൾക്കം വർണ്ണരഹിതമായ ജീവിതത്തിനും പരിമിതികളുണ്ടെന്ന തിരിച്ച റിവ് അനന്തകൃഷ്ണനെ ദുരന്തങ്ങൾക്ക് കാരണമായി കരുതാൻ അവളെ നിർബന്ധിക്കുന്നു. അവരുടെ യാന്ത്രികവും മറ്റള്ളവരെ ബോധിപ്പിക്കുന്ന തുമായ ദാമ്പത്യബന്ധത്തിൽ മാർദ്ദവമുള്ള സമീപനങ്ങളോ ഓർമ്മയിൽ സൂക്ഷിക്കാവുന്ന അനുഭൂതികളോ ഇല്ല. കല്ലിൽ കൊത്തിയ ഉഗ്രനായ അച്ഛനും ആ വിഗ്രഹത്തിന്റെ മുമ്പിൽ ഭയഭക്തിയോടെ നിൽക്കുന്ന മകനുമാണ്.

മരണം യാഥാർത്ഥ്യവും കാലത്തിന്റെ നിശ്ചയവുമാകുമ്പോൾ വൈധ വ്യത്തിൽനിന്നുള്ള രക്ഷപ്പെടലാണ് അവളുടെ ആവശ്യം. ബന്ധങ്ങളുടെ യും സഹായങ്ങളുടെയും പരിധി കടക്കുന്ന അപമാനങ്ങളും ദുരിതങ്ങളും വിധവയും മകളും അനുഭവിച്ച തീർക്കേണ്ടതാണ്. മറ്റള്ളവർ സ്വാഭാ വികമായി സ്വന്തം പ്രശ്നങ്ങൾക്ക് ഊന്നൽ നൽകി ജീവിതത്തിന്റെ അനുഭൂതികളിലേക്കും വർണ്ണങ്ങളിലേക്കും ഇറങ്ങിച്ചെല്ലും. കൃഷ്ണവേ ണിക്ക് എല്ലാം നിഷേധിക്കപ്പെടുകയാണ്. പുരുഷ സാന്നിദ്ധ്യം തൊട്ട് പൂവിന്റേയും മഞ്ഞളിന്റേയും കുങ്കുമത്തിന്റേയും വൈവിധ്യങ്ങൾ വരെ.

ഞെട്ടലിന്റേയും ബോധശൂന്യതയുടെയും സവിശേഷതകളിൽനിന്ന് അവൾക്ക് യാന്ത്രികമായി രക്ഷപ്പെടാനായി. പുതിയ സന്ദർശകരെത്തു മ്പോൾ ഒരുക്കിവെച്ച രംഗസംവിധാനങ്ങൾ കല്യഷമാകും. ഉണ്ണികൃഷ്ണൻ മാഷ് അഗാധഖേദത്തോടെ ആഴ്ചതോറും വന്നുപോകുന്നു. സദാനന്ദന്റെ സുഹൃത്തുക്കൾ നഗരസന്ദർശനത്തിനും ഉല്ലാസങ്ങൾക്കും ശേഷം രോഗിയുടെ ക്ഷേമാന്വേഷണവും നടത്തുന്നു. അനക്സിലേക്ക് വിദഗ്ധ

ഡോക്ടർമാർ വരുന്നില്ലെങ്കിലും അത്യാസന്ന നിമിഷങ്ങളിൽ ജൂനിയർ ഡോക്ടർമാർ എത്തും. അനക്സിൽ ചറ്റിപറ്റി നിൽക്കുന്ന അനാഥനായ കിഴവൻ വാർദ്ധക്യത്തിന്റെ ബലഹീനതകളെ മറക്കാനും കാലം കഴിക്കാനും വേണ്ടി മറ്റുള്ളവർക്ക് പുറംസഹായങ്ങൾ ചെയ്യുന്നു.

വൈധവ്യത്തിന്റെ മുഖലക്ഷണങ്ങളെ കണ്ട് അമ്പരന്ന കൃഷ്ണവേണി അവസരങ്ങളെ ഉപേക്ഷിക്കാനുള്ള മടിയോടെ വല്ലാതെ ഉട്ടത്തൊരു ങ്ങി ചുറ്റപാടുകളുടെ ശ്രദ്ധ ആകർഷിക്കുന്നു. അനന്തകൃഷ്ണനിൽനിന്ന് മാറിനിൽക്കാൻ സമയവും സന്ദർഭവും കണ്ടെത്തുന്ന അവൾ വരാന്ത യിലും ജനാലയ്ക്കലും നിന്ന് ചിന്തകളുടെ ഭാരം ഇറക്കുന്നു. അനക്സിന്റെ പിന്നിലാണ് ജൂനിയർ ഡോക്ടർമാരുടെ കോട്ടേജുകൾ. അനന്തകൃ ഷ്ണനെ പരിശോധിക്കാൻ എത്തുന്ന ജൂനിയർ ഡോക്ടർ ശിവപ്രസാദ് ഇപ്പോൾ അവരുടെ സുഖത്തും കഷ്ടകാലങ്ങളോട് സഹതപിക്കുന്ന വേണ്ടപ്പെട്ടവനുമായിരിക്കുന്നു.

കാർത്ത്യായനി വന്നുപോകുകയും സദാനന്ദൻ വരാന്തയിലെ ബെഞ്ചിൽ ഉച്ചമയക്കത്തിലേക്ക് വീഴുകയും ചെയ്യുമ്പോൾ പരിക്ഷീണ സ്വരത്തോടെ അനന്തകൃഷ്ണൻ കൃഷ്ണവേണിയെ വിളിച്ചു.

'എന്താ?'

'എനിക്ക് നിന്നോട് ചിലത് സംസാരിക്കാനുണ്ട്'.

'എനിക്ക് യാതൊന്നും സംസാരിക്കാനില്ല. നിങ്ങളുടെ കാര്യങ്ങൾക്ക് കുറവ് വരുന്നുണ്ടോ എന്ന് ശ്രദ്ധിച്ചാൽ മതി. ഭാര്യ വീട്ടുകാരാണ് രക്ഷാ കർത്താക്കളെന്ന് അച്ഛൻ പറഞ്ഞതാണല്ലോ'.

'നിനക്ക് എന്നോട് ദേഷ്യം തോന്നാം. അത് സ്വാഭാവികവുമാണ്. നിന്നേയും മകളേയും ഞാൻ വല്ലാതെ അവഗണിച്ചിട്ടുണ്ട്'.

'ഇപ്പോൾ മനസ്താപമായിരിക്കും. വയ്യാതാകുമ്പോൾ അങ്ങനെ ചിലതൊക്കെ തോന്നും. ആർക്കുവേണം നിങ്ങളുടെ ഖേദങ്ങളും മനസ്താ പങ്ങളും? എനിക്കുവേണ്ട. അനാവശ്യമായി യാതൊന്നും ആലോചി ക്കാതെ കിടന്നാൽ മതി'.

നിശ്ശബ്ദത മനോനില ആകുന്നതോടെ കർമ്മങ്ങളുടെയും ജീവിതത്തി ന്റെയും ഭാഗധേയങ്ങൾ വീണ്ടും പരിശോധിക്കപ്പെടുന്നു. അതൊരിക്കലും പരിഹാരമാർഗ്ഗങ്ങൾ നിർദ്ദേശിക്കാറില്ല.

തിരിഞ്ഞു കിടക്കാനും എണീറ്റിരിക്കാനും കഴിയാതെ അനന്തകൃഷ്ണൻ അസ്വസ്ഥനായി. കാലിലെ വേദന അടങ്ങുമ്പോൾ ശരീരത്തിന്റെ ഉള്ളിൽ പുതുതായി വേദന ചിനമ്പൊട്ടുകയാണ്. വേദനാസംഹാ രികളുടെ പ്രാബല്യം അടങ്ങുന്നതോടെ ഏറെ നേരം അനന്തകൃഷ്ണന്

 ജീവകാരുണ്യം

മയക്കത്തിന്റെ വിറങ്ങലിപ്പുകളിൽ കിടക്കാനാകുന്നില്ല. ഞെട്ടി ഉണരുന്ന അയാൾ അസഹ്യമായ വേദനയിലേക്ക് വീണ് പ്രാണസഞ്ചാരം നടത്തുന്നു.

വെയിൽ അടങ്ങവെ ഒഴുകി എത്തിയ മൈക്കിലെ ആഹ്വാനങ്ങൾ അനന്തകൃഷ്ണനെ നിസ്സഹായനാക്കി. പുറന്തള്ളപ്പെട്ടെന്ന തോന്നലോടെയും ഒറ്റപ്പെട്ടെന്ന അറിവോടേയും അയാൾ ദൈന്യതകളെ ഏറ്റുവാങ്ങി. പാർട്ടിയുടെ നയവിശദീകരണത്തിനുള്ള ആഹ്വാനങ്ങളാണ് നഗരത്തെ പ്രകമ്പനംകൊള്ളിക്കുന്നത്. കഴിഞ്ഞ കാലങ്ങളിൽ അനന്തകൃഷ്ണന്റെ നേതൃത്വത്തിലും സംവിധാനത്തിലുമാണ് എല്ലാ സമ്മേളനങ്ങളും നടന്നത്. ജാഥകളിലും വേദികളിലും മുൻനിരയിൽ തന്നെ അയാളു ണ്ടാകും. ആൾക്കൂട്ടത്തിന്റെ പിൻബലത്തോടെ അയാൾ എവിടേയും നിറഞ്ഞുനിൽക്കും.

ഇപ്പോൾ അനന്തകൃഷ്ണന് എല്ലാം കേട്ട കേൾവികൾ മാത്രമായിരിക്കു ന്നു. രോഗബാധിതനും അവശനുമായ അയാൾ ജനക്കൂട്ടത്തിൽനിന്ന് പിന്തള്ളപ്പെട്ടു. പാർട്ടിയിലെ പ്രതിയോഗികൾക്ക് അയാളുടെ വീഴ്ച പുത്തൻ അവസരവും അധികാരത്തിലേക്കുള്ള പടവുകളുമായി.

കാലത്തേയും അവസ്ഥയേയും തിരിച്ചറിഞ്ഞ അനന്തകൃഷ്ണൻ ദയനീ യമായ നിലവിളിയോടെ കരഞ്ഞു. ക്ഷോഭത്തോടെ പെരുമാറാൻ സന്നദ്ധയായെങ്കിലും ജന്മത്തിന്റെ വേരുകളെ കണ്ട കൃഷ്ണവേണി ശാന്തയായി പറഞ്ഞു:

'അനാവശ്യമായി യാതൊന്നും ആലോചിക്കാതെ കിടക്കൂ. എല്ലാം ശരിയാകും. ദൈവം നമ്മളെ കൈവിടില്ല'.

വികാരവും സത്യസന്ധതയും ഇല്ലാത്ത വാക്കുകളെ അവൾക്ക് പൂർണ്ണമാക്കാനായില്ല. സംയമനത്തിന്റേയും ആത്മബലത്തിന്റേയും പിടിവിട്ടതോടെ കൃഷ്ണവേണിയും കരഞ്ഞുതുടങ്ങി.

<h1 style="text-align:center">മൂന്ന്</h1>

അനന്തകൃഷ്ണന്റെ ദേഹപ്രകൃതങ്ങൾ വീണ്ടും അനേകം മാറ്റംവെ യ്ക്കലുകൾക്ക് വിധേയമായി. ശരീരം മെലിഞ്ഞുണങ്ങിയതോടെ വയർ അസാധാരണമായി വലുതായി. അടിവയറിൽ പുതുതായി പതിഞ്ഞ കറുത്തകുത്തുകൾ കരിമണികളായി ഒറ്റതിരിഞ്ഞു കിടന്നു. വേദനാസംഹാരിയായ മോർഫിയയുടെ പ്രൗഢി കുറഞ്ഞതോടെ അയാൾ മയക്കത്തിൽ നിന്ന് ഇടയ്ക്കിടെ ഉണർന്നു. അനന്തകൃഷ്ണന്റെ നിസ്സഹായമായ നിലവിളികൾ ദയനീയ ഞരക്കങ്ങളായി രാത്രികളേ യും പകലുകളേയും വേട്ടയാടി.

ആഹാരവുമായി എത്തുന്ന കാർത്ത്യായനി ജ്യോതിഷത്തിൽനിന്ന് മഷിനോട്ടത്തിലേക്കും പിന്നീട് ഹസ്തരേഖയിലേക്കും പ്രത്യാശകളെ ഇറക്കിവെച്ചു. പ്രവചനങ്ങളെല്ലാം അനന്തകൃഷ്ണന്റെ ദീർഘായുസ്സിനെ പ്രഖ്യാപിച്ച് കൃഷ്ണവേണിയുടെ വൈധവ്യത്തെ ഒഴിവാക്കുന്നു. കാലക്കേ ടിന്റെ ഉള്ളതിരിഞ്ഞ കാർത്ത്യായനി ആഭിചാരത്തിലും പരേതാത്മാക്ക ളിലും വരെ അന്വേഷണം തുടരുന്നു. പ്രതിക്രിയകളും ബലി ഇറക്കലും നടത്തി രോഗബാധ ഒഴിക്കാൻ അവർ ശ്രമിച്ചതാണ്. വസ്ത്രാലങ്കാരങ്ങ ളോടെ നിൽക്കുന്ന കൃഷ്ണവേണിയെ കാണമ്പോൾ ഭാവിയിലെ അവല ക്ഷണമാകുന്ന നിറം അവരുടെ മുമ്പിൽ തെളിഞ്ഞു. വൈധവ്യത്തിന്റെ അപശകുനങ്ങളെ അകറ്റാൻ അനാചാരങ്ങളെപോലും രക്ഷാമാർഗ്ഗ മായി സ്വീകരിക്കാൻ അവർ നിർബന്ധിതയുമാകുന്നു.

കോൺഗ്രസ്സിന്റെ നയവിശദീകരണ സമ്മേളനം നഗരത്തെ പ്രക മ്പനം കൊള്ളിച്ചു. തിരക്കുകളുടെ അവസാനം രാഷ്ട്രീയ സുഹൃത്തുക്കൾ

വരുമെന്ന കരുതിയ അനന്തകൃഷ്ണൻ അവഗണനയുടെ നിരാശയോടെ നിശ്ശബ്ദനായി. ഇപ്പോൾ ക്ഷേമാന്വേഷണങ്ങളമായി ആരും കടന്ന വരാറില്ല. വ്യക്തമായ നിശ്ചയങ്ങളിൽ എത്തിപ്പെട്ട അവർ ആഘാ തത്തിന്റെ വരവ് കാത്തിരിക്കുന്നു. പരാധീനതകളടെ നടുക്കുനിന്ന് ഓടിവരുന്ന ഉണ്ണികൃഷ്ണൻ മാഷ് തേജസ്സുള്ള ഓർമ്മകളോടെ പകൽ മുഴുക്കെ അനക്സിൽ ഇരിക്കും. അപ്പോൾ മാത്രം വ്യാധിയെ മറക്കുന്ന അനന്തകൃഷ്ണൻ നിർദ്ദോഷമായ നിമിഷങ്ങളെ ഏറ്റവാങ്ങുന്നു.

ഉണ്ണികൃഷ്ണൻ മാഷ് അനന്തകൃഷ്ണനെ ചുവരുചാരി ഇരുത്തി. എങ്കിലും അയാൾക്ക് ഏറെ നേരം അങ്ങനെ ഇരിക്കാനായില്ല. വിറങ്ങലിച്ച അരക്കെട്ടിൽനിന്ന് അവയവ തുടർച്ചകൾ ബലം ക്ഷയിച്ച വീഴുന്നു. കാഴ്ചകളെ അലംഭാവത്തോടെ കണ്ട കൃഷ്ണവേണി സാരിയിലെ ചുളിവുകൾ വിടർത്തിയും വാരിക അലസമായി മറിച്ചും നേരം കളഞ്ഞു. അവളുടെ നോട്ടങ്ങൾ ഇടറി അലഞ്ഞ് ഡോക്ടർമാരുടെ കോട്ടേജുകളിൽ സഞ്ചരിച്ചു. പ്രസരിപ്പും ശക്തിയുമുള്ള, വർണ്ണങ്ങൾ നിറഞ്ഞ ജീവിതത്തെ അവൾക്ക് അവിടെ കാണാനായി. മരണത്തോട്ടും രോഗത്തോട്ടും പൊരുതുന്ന അവർ പിൻമാറുകയല്ല; ജീവിതത്തെ കെട്ടിപ്പടുക്കാനും മാറ്റിപണിയാനും തീവ്രമായി തയ്യാറാകുന്നു.

ഉണ്ണികൃഷ്ണൻമാഷ് കോരിക്കൊടുത്ത ഇളനീരിന്റെ മധുരവും തണുപ്പും രുചിയില്ലാതെ അനുഭവിച്ച അനന്തകൃഷ്ണൻ ദാഹംതീർത്ത് പതുക്കെ പറഞ്ഞു:

'ഒന്നെണീറ്റു നടക്കാൻ കഴിഞ്ഞാൽ മതിയായിരുന്നു. എത്ര കാലമാണ് ഈ കിടപ്പു തുടരുക? ചികിത്സ മുറയ്ക്ക് നടക്കുന്നുണ്ട്. രോഗം വിട്ടുമാറു ന്നുമില്ല. നിങ്ങളെല്ലാം എന്നിൽനിന്ന് എന്തോ മറച്ചവയ്ക്കുകയാണ്. എനിക്കെന്തെ രോഗമാണ് മാഷേ?'

'അത്.....' അതിക്രമിച്ച വീണ വാക്കുകളെ മയപ്പെടുത്തി വഴിതിരിച്ച ഉണ്ണികൃഷ്ണൻ മാഷ് അനന്തകൃഷ്ണനെ സമാധാനിപ്പിക്കാനായി പറഞ്ഞു: 'രോഗം ഭേദമാവുമെന്ന് ഡോക്ടർ ഉറപ്പിച്ച പറയുന്നുണ്ട്. അല്ലെങ്കിൽ ഈ ചികിത്സ തുടരേണ്ടല്ലോ? കിഡ്നിക്കാണ് കുഴപ്പം. അതാണ് ഇത്തരമൊരു സങ്കീർണ്ണാവസ്ഥ. എല്ലാം ശരിയാകും. നമുക്ക് വീട്ടിലേക്ക് സുഖമായി പോകാനാകും'.

വീട് ഏതാണെന്നും യാത്ര എവിടേക്കാണെന്നും ഓർത്ത ഉണ്ണികൃഷ്ണൻ മാഷ് മനസ്സിനെ നിയന്ത്രിക്കാൻ വല്ലാതെ ബുദ്ധിമുട്ടി. അനേകം മരണ ങ്ങൾ കണ്ട് മനസ്സ് ബലംവെച്ചെങ്കിലും ഓരോ അനുഭവവും മനുഷ്യന്റെ പരിമിതികളെ തെളിയിക്കുകയാണ്. ആത്മബന്ധത്തിന്റേയും കടപ്പാടി ന്റേയും സ്വരൂപമായ അനന്തകൃഷ്ണനെ കണ്ട് മടങ്ങുമ്പോഴെല്ലാം അത്

ജീവകാരുണ്യം

അവസാനകാഴ്ചയായി അയാൾ കരുതുന്നു.

'ഉണ്ണിമാഷിനോട് എനിക്കെല്ലാം തുറന്നുപറയാൻ കഴിയും. ജീവിതം എന്താണെന്ന് ഞാൻ അറിഞ്ഞിട്ടില്ല. അച്ഛൻ പറഞ്ഞത് അനുസരിച്ച് ഇതുവരെ ജീവിച്ചു. ഭാര്യയോടും മകളോടുമുള്ള കടമകൾ ഞാൻ ചെയ്തിട്ടില്ല. അച്ഛനിൽനിന്ന് രക്ഷപ്പെടാൻ രാഷ്ട്രീയക്കാരനായി നാടുനന്നാക്കാൻ ഇറങ്ങി. ഇനി എല്ലാം മാറ്റിപ്പണിയണം. പുതിയൊരു അനന്തകൃഷ്ണനായി ഇനി ഞാൻ ജീവിക്കും. തെറ്റിനെ തെറ്റെന്ന് പറയാൻ ധൈര്യമുള്ള അനന്തകൃഷ്ണൻ'.

ക്രൂരമായ അനുഭവങ്ങളേയും ഭീരുവും കാഴ്ചക്കാരനുമായ അനന്തകൃഷ്ണനേയും ഓർത്ത കൃഷ്ണവേണി വാരിക മേശപ്പുറത്തേക്കിട്ട് വരാന്തയിലേക്ക് ഇറങ്ങി. പ്രക്ഷുബ്ധയായ അവൾ ആകെ വിയർത്തുകുളിച്ചു.

'ഇനി പഴയതുപോലെ അദ്ധ്വാനിക്കാൻ കഴിയില്ലെന്ന് എനിക്കറിയാം. വെറുതെ വീട്ടിലിരുന്നാലും എന്റെ കാര്യങ്ങൾ നടക്കും. പിന്നെ സഹായത്തിന് നിങ്ങളെല്ലാമുണ്ടല്ലോ? അച്ഛന്റെ സ്കൂളായതുകൊണ്ട് വീട്ടിലിരുന്നാലും ശമ്പളം കിട്ടും. പക്ഷേ, ഈ രോഗം? ഇതെന്നാണ് ഭേദമാകുക?'

'എല്ലാം ദൈവനിശ്ചമാണെന്നു കരുതി ആശ്വസിക്കുക. രോഗശാന്തിക്കുവേണ്ടി മനസ്സുറിഞ്ഞ് പ്രാർത്ഥിക്കുക. ഡോക്ടറും മരുന്നുമെല്ലാം ദൈവത്തിന്റെ ഉപകരണങ്ങളാണല്ലോ?'

'അതെയതേ. ആരേയും നോവിക്കാത്ത എന്നെ ദൈവം കൈവിടില്ല. അതു തീർച്ചയാണ്'.

ജീവിതത്തിന്റേയും ആയുസ്സിന്റേയും നിയാമകരീതികളെ അറിയാത്ത അനന്തകൃഷ്ണൻ മാറ്റിപ്പണിയലിന്റെ ഉണർവ്വോടെ ജീവിതത്തെ സമീപിച്ചു. ഇപ്പോൾ അയാൾക്ക് മനുഷ്യബന്ധങ്ങളേയും ജീവിതത്തേയും കുറിച്ച് ഗൗരവമായ സമീപനങ്ങളാണുള്ളത്. ബാദ്ധ്യതകളെ ഇറക്കി വെച്ച അച്ഛനും അവശതകളെ അവസരമായികാണുന്ന രാഷ്ട്രീയക്കാരും അയാളുടെ തെറ്റിധാരണകളെ തിരുത്തി. നന്മ വ്യക്തിയുടെ അനുഗ്രഹമാണെന്ന് ഉണ്ണികൃഷ്ണൻമാഷ് ബോദ്ധ്യപ്പെടുത്തുന്നു. പണത്തിന് അപ്പുറത്താണ് വ്യക്തിബന്ധങ്ങളുടെ ദാർഢ്യമെന്ന് സദാനന്ദനും അറിയിക്കുന്നു.

വസുന്ധരയും അമ്മയും പഴങ്ങളുടെ ഭാരക്കെട്ടുകളുമായി കടന്നുവന്നു. ദേഷ്യംകൊണ്ട് ചുവന്ന അനന്തകൃഷ്ണനെ കണ്ട് ഉണ്ണികൃഷ്ണൻമാഷ് പുറത്തേക്കിറങ്ങി. കൃഷ്ണവേണി വാതിൽക്കൽ നിന്നു. പഴക്കെട്ടുകൾ മേശപ്പുറത്തുവെച്ച വസുന്ധരയും അമ്മയും കട്ടിലിൽ ഇരുന്ന അയാളുടെ

    ജീവകാരുണ്യം

ശോഷിച്ച കാലുകളെ പതുക്കെ തലോടി. വെറുപ്പിന്റെ തടപൊട്ടലിൽ നിലമറന്ന അനന്തകൃഷ്ണൻ വിചാരങ്ങളില്ലാതെ പ്രതികരിച്ചു.

'രണ്ടാളും എന്റെ ശവം കാണാൻ വന്നതാകും? എനിക്കിവിടെ പരമ സുഖമാണ്. ഭക്ഷണവും ചികിത്സയും മുറയ്ക്ക് നടക്കുന്നുണ്ട്. എന്നെ കാണാനും എന്റെ ശവത്തിന് അവകാശം പറയാനും നിങ്ങളാരും വരണ്ട'.

'നീ തോന്നിയതു പറഞ്ഞോ. അതെല്ലാം ഞങ്ങൾ സഹിക്കണം. അച്ഛനെ നിനക്കും അറിയാലോ. അയാൾക്ക് പണവും വസ്തുക്കളമാണ് വല്ലത്. തലയെഴുത്തിനെ സഹിച്ചേ പറ്റൂ.'

സാമ്പ്രദായികമായി അവർ കരയുമ്പോഴും അനന്തകൃഷ്ണൻ വെറുപ്പോടെ കാഴ്ചകളിൽനിന്ന് മുഖംതിരിച്ചു. ഇതിനിടെ വസുന്ധര ബാഗ്ഗ് തുറന്ന് പുതുമ നശിക്കാത്ത പണക്കെട്ട് അയാളുടെ തലയണ കീഴിൽവെച്ചു.

മേശപ്പുറത്തേക്ക് കൈനീട്ടിയ അനന്തകൃഷ്ണൻ പഴക്കെട്ടുകളെ അപമാ നഭാരത്തോടെ തള്ളിയിട്ടു.

'നിങ്ങൾ അച്ഛനറിയാതെ വന്നതാണെന്ന് എനിക്കറിയാം. എന്നെ ആരും കാണാൻ വരരുത്'.

വേദനാസംഹാരിക്കും വെള്ളത്തിനും വേണ്ടി അനന്തകൃഷ്ണൻ മേശ പ്പുറത്തേക്ക് കൈ എത്തിച്ചു. അവസരം അറിഞ്ഞു വന്ന കൃഷ്ണവേണി മരുന്നുകൾ നല്കി അയാളെ ശാന്തനാക്കി. പിന്നീട് അനന്തകൃഷ്ണൻ പ്രതിഷേധങ്ങളില്ലാത്ത ലോകത്തിലേക്ക് ബോധശൂന്യനായി വീണു.

തലയണ ചുവട്ടിൽനിന്ന് പണമെടുത്ത കൃഷ്ണവേണി വസുന്ധരയുടെ ബാഗിലേക്ക് നോട്ടുകളെ തിരുകി. തികച്ചും ലാഘവത്തോടെയും ബന്ധ ത്തിന്റെ യാന്ത്രികതയോടെയും അവൾ പറഞ്ഞു:

'നിങ്ങൾക്ക് മകനെ വേണ്ടെങ്കിലും എന്റെ വീട്ടുകാർക്ക് മകളുടെ ഭർത്താവിനെ വേണം. നിങ്ങളുടെ പണം ഇവിടെ ആർക്കും വേണ്ട. അനാവശ്യമായി വന്ന് ഏട്ടനെ വിഷമിപ്പിക്കാതിരുന്നാൽ മതി'.

സദാനന്ദനുമായി ഉണ്ണികൃഷ്ണൻമാഷ് വരുമ്പോഴേക്കും അന്തരീക്ഷ ത്തിന്റെ മുറുക്കം അയഞ്ഞു കഴിഞ്ഞു. അനന്തകൃഷ്ണൻ മയക്കത്തിലും കൃഷ്ണവേണി വാരിക താളുകളിലുമാണ്.

സദാനന്ദന്റെ തോളിൽ കൈവെച്ച് ഉണ്ണികൃഷ്ണൻ മാഷ് മരച്ചോട്ടിലേ ക്ക നടന്നു. മരണത്തിന്റെ മുഖം കണ്ട് അസ്വസ്ഥതയോടെ അയാൾ പറഞ്ഞു. 'അനന്തകൃഷ്ണന്റെ മുമ്പിൽ മരണം യാഥാർത്ഥ്യമാണ്.

സത്യത്തെ മറച്ചുവെയ്ക്കുന്ന നാം ജീവിക്കാനുള്ള പ്രത്യാശയാണ് അയാൾക്ക് നൽകുന്നത്. അത് അനന്തകൃഷ്ണനോടും ജീവിതത്തോടും ചെയ്യുന്ന അനീതിയാണ്. മരണബോധത്തോടെയാണ് ഇനി അയാൾ ജീവിക്കേണ്ടത്. എങ്കിലേ അനന്തകൃഷ്ണന് മനഃസമാധാനത്തോടെ മരിക്കാൻ കഴിയൂ'.

'ഏട്ടനോട് സത്യം പറയാനും രോഗമെന്താണെന്ന പറയാനും എനിക്കു കഴിയില്ല. എനിക്ക് അതിനുള്ള ആത്മധൈര്യമില്ല'.

'നീ പറയണമെന്നില്ല. കാൻസർവാർഡിന്റെ വരാന്തയില്ലൂടെ റേഡിയേഷന കൊണ്ടുപോയാൽ മതി. അപ്പോൾ അനന്തകൃഷ്ണൻ എല്ലാം തിരിച്ചറിയും'.

'ഒന്നുമറിയാതെ മരിക്കുന്നതല്ലേ നല്ലത്?'

'അല്ല, ജീവിതത്തിന്റെ പരിധി മരണമാണെന്ന് അറിഞ്ഞുകൊണ്ട് മരണത്തെ സ്വീകരിക്കാൻ മനുഷ്യനു കഴിയണം. എങ്കിലേ ആത്മശാ ന്തി ഉണ്ടാകൂ. അല്ലെങ്കിൽ മോക്ഷം കിട്ടാത്ത ആത്മാവിനെപോലെ അനന്തകൃഷ്ണന്റെ ആത്മാവും അലഞ്ഞുനടക്കും'.

വെയിലിന്റെ താഴ്ചയും ആകാശത്തിലെ ഇരുട്ടം കണ്ട് ഉണ്ണികൃഷ്ണ ൻമാഷ് യാത്രപറയാതെ ബസ്സ് സ്റ്റോപ്പിലേക്ക നടന്നു.

കൃഷ്ണവേണിയുടെ ജീവിതത്തിന്റെ മുമ്പിലും അനന്തകൃഷ്ണന്റെ അകാല മരണത്തിന്റെ മുമ്പിലും സദാനന്ദൻ നിസ്സഹായനായി നിന്നു. അയാൾ അമേരിക്കയിൽനിന്ന് നാട്ടിലെത്തിയ ഡോക്ടറെ തിരഞ്ഞുപിടിച്ച് കണ്ടെത്തി. ഞരമ്പുകളേയും അവയവങ്ങളേയും ഉപയോഗ ശൂന്യമാക്ക ന്ന കാൻസറിന്റെ മുമ്പിൽ വിദഗ്ധ ചികിത്സകളെല്ലാം അനാവശ്യമാണ്. പുത്തൻ ചികിത്സാരീതികളേയും നിവാരണ മാർഗ്ഗങ്ങളേയും നിർദ്ദേശി ക്കാൻ അയാൾക്കും കഴിയുന്നില്ല.

പകൽ അടങ്ങി രാത്രി പ്രത്യക്ഷപ്പെടുന്നതോടെ സദാനന്ദന്റെ മനസ്സിലേക്ക് അകാരണമായ ഭീതികളും ദാരുണമായ കാഴ്ചകളും കടന്നു വരുന്നു. വേഷാലങ്കാരങ്ങളും വർണ്ണങ്ങളുമില്ലാതെ വെള്ളത്തുണിയിൽ ദേഹം മറച്ച കൃഷ്ണവേണി. അപമാനങ്ങൾ സഹിച്ച് വീട്ടുപകരണങ്ങളിൽ ഒന്നായ അവളുടെ ജീവിതം ദയനീയവും നിരാധാരവുമാണ്. കൃഷ്ണവേണി ക്കു വേണ്ട മാനസികവും ശാരീരികവുമായ ആവശ്യങ്ങളേയും സുരക്ഷി തത്വത്തേയും നല്കാൻ അവർ അശക്തരാണ്. സദാനന്ദന്റെ ഇരുണ്ട രാത്രികളെ തണുത്ത വിറങ്ങലിച്ച ശവശരീരവും ശവദഹനത്തിന്റെ ദുസ്സഹമായ കട്ടിപ്പുകയും വേട്ടയാടി. പുകമറയ്ക്കുള്ളിൽനിന്ന് അനന്തകൃ ഷ്ണന്റെ രൂപം തെളിഞ്ഞുവരികയാണ്.

ആരുടേയും നിർബന്ധമോ, ലഹരിയിൽ മുഴുകാനുള്ള ആസക്തിയോ ഇല്ലാതെ സദാനന്ദൻ ബാറിലേക്കു കയറിച്ചെന്നു. ത്രസിപ്പിക്കുന്ന ഓർമ്മകളെ ഒഴിവാക്കുകയും ശാന്തമായി ഉറങ്ങുകയുമാണ് അയാളുടെ ആവശ്യം. മരണവും ജീവിതവും ഏറ്റുമുട്ടിയപ്പോൾ നിലംപറ്റിയ അനന്ത കൃഷ്ണനും ചെറുപ്പത്തിന്റെ ജീവിതാസക്തിയുള്ള കൃഷ്ണവേണിയും അയാളെ നിരന്തരം വേട്ടയാടി. അത്യാഹിതത്തിന്റെ സങ്കീർണ്ണതകളെ മറക്കാൻ സദാനന്ദൻ മദ്യത്തെ തേടിപിടിക്കുന്നു.

അനന്തകൃഷ്ണൻ രോഗബാധിതനായതോടെ സദാനന്ദന്റെ നിശ്ച യിക്കപ്പെട്ട വിവാഹം മുഹൂർത്തങ്ങളില്ലാതെ നീണ്ടു. കൃഷ്ണവേണിയുടെ വൈധവ്യത്തെ നേരിടാൻ തയ്യാറായ അയാൾ ഇപ്പോൾ തന്റെ സ്വകാര്യ സംതൃപ്തികളെ ഒഴിവാക്കുകയാണ്. സ്വകാര്യകമ്പനിയിലെ ജോലി ഉപേക്ഷിച്ചാണ് സദാനന്ദൻ കൃഷിനടത്തിപ്പിന് ഇറങ്ങിയത്. ആശുപത്രി വിട്ടന്നതോടെ ഇനി അയാൾ ഉദ്യോഗത്തിൽ കയറാനുള്ള തയ്യാറെടുപ്പിലാണ്. കൃഷ്ണവേണിയുടേയും ഹരിപ്രിയയുടേയും ഭാവിയെ അയാൾക്ക് സുരക്ഷിതമാക്കി തീർക്കണം.

മദ്യത്തിന്റെ രൂക്ഷഗന്ധത്തോടെ വന്ന സദാനന്ദൻ കൃഷ്ണവേണിയെ കാണാതെ ഒഴിഞ്ഞുമാറി. രക്തബന്ധത്തിന്റെ വ്യാകുലതകളെ അറിഞ്ഞ കൃഷ്ണവേണി ശാന്തമായ അവസരത്തിനുവേണ്ടി കാത്തിരുന്നു.

പ്രഭാതത്തിലെ തെളിമയിൽ പത്രം വായിച്ചിരുന്ന സദാനന്ദൻ കൃഷ്ണ വേണിയെ കണ്ട് വരികളിൽ കൂടുതൽ ശ്രദ്ധിച്ചു.

'നീ ഇന്നലെ കുടിച്ചോ?'

മറുപടി പ്രതീക്ഷിക്കാതെ നിന്ന കൃഷ്ണവേണി തുടർന്നു പറഞ്ഞു:

'ഇനി എനിക്ക് നീയും വീട്ടുകാരുമേ ഉള്ളൂ. നിന്റെ വിഷമം എനിക്കറി യാം. മറ്റ വിഷമങ്ങളെ നമ്മൾ സ്വയം ഉണ്ടാക്കരുത്. മദ്യം പ്രശ്നങ്ങൾ പരിഹരിക്കുന്നില്ല. എന്റെ പേരിൽ ആരും നശിക്കുന്നത് എനിക്കിഷ്ടമല്ല'.

'ചേച്ചിയേയും ഏട്ടനേയും ഓർക്കുമ്പോൾ എന്റെ സമനില തെറ്റുക യാണ്'.

'എന്നുവെച്ച് സ്വയം നശിച്ച് പുതിയ പ്രശ്നങ്ങൾ ഉണ്ടാക്കണോ?'

കൃഷ്ണവേണി വീണ്ടും പരാതിപ്പെടുന്നുണ്ട്. എങ്കിലും അസ്വസ്ഥതക ളുക്കും മനസ്സിന്റെ പിരിമുറുക്കത്തിനും പ്രതിവിധിയായി സദാനന്ദന്റെ ജീവിതത്തിലേക്ക് മദ്യം കടന്നുവരുന്നു. അങ്ങനെ പൊള്ളുന്ന അനുഭ വങ്ങളിൽനിന്നും ഓർമ്മകളിൽനിന്നും രക്ഷപ്പെടാൻ അയാൾക്കായി. അനന്തകൃഷ്ണന്റെ മരണത്തേയും കൃഷ്ണവേണിയുടെ വൈധവ്യത്തേയും രോഗത്തിന്റെ അനന്തരഫലങ്ങളായി സദാനന്ദൻ ഉൾക്കൊണ്ടു.

ചികിത്സയുടെ ഭാരിച്ച ചെലവുകളും രാശിചക്രത്തിലെ നവാംശകങ്ങളും ബാലിശ തീരുമാനങ്ങളാകുകയാണ്. മരിക്കുന്നവന്റെ ആശ്രിതർക്ക് സാന്ത്വനങ്ങൾ കണ്ടെത്താൻ അയാൾ ശ്രമിച്ചു.

രോഗവിമുക്തിയുടേയും ജീവിതത്തിന്റേയും പ്രതീക്ഷകളിൽനിന്ന് മരണബോധത്തിലേക്കും സദാനന്ദൻ എത്തിച്ചേർന്നു. അങ്ങനെ വിട്ടുപിരിയലിന്റെ യാഥാർത്ഥ്യത്തിലേക്ക് അനന്തകൃഷ്ണനെ വഴിതിരി ക്കാൻ അവർ തയ്യാറായി. റേഡിയേഷൻ തിയ്യേറ്ററിലേക്ക് പ്രത്യേക പരിഗണനകളില്ലാതെ അനന്തകൃഷ്ണനെ ആശുപത്രി ജീവനക്കാർ കൊണ്ടുപോയി. കാൻസർവാർഡും റേഡിയേഷൻ തിയ്യേറ്ററും ചട്ടിക ത്തിയ കറുത്തപാടുകളും അനന്തകൃഷ്ണന്റെ പുത്തൻ അറിവുകളായി.

വേദനാസംഹാരിയുടെ മയക്കുന്ന അക്രമണത്തിൽനിന്നുണർന്ന അനന്തകൃഷ്ണൻ ജീവിതത്തിന് പരിമിതി നിശ്ചയിച്ച മരണത്തെകണ്ട് നിശ്ശബ്ദനായി. അയാളുടെ പ്രതീക്ഷകൾ മരണത്തിന്റെ അവ്യക്ത തയിൽ അവസാനിക്കുന്നു. വ്യാഖ്യാനങ്ങൾക്കും വിവരണങ്ങൾക്കും വഴങ്ങാത്ത മരണത്തെപോലെ അനന്തകൃഷ്ണന്റെ ചിന്തകളും ദുരൂഹവും സങ്കീർണ്ണവുമായി. മരണവ്യാധിയായി പടർന്ന കാൻസറിനെ തിരിച്ച റിഞ്ഞ അയാൾ തന്റെ അവസ്ഥയെ, മരണത്തിലേക്കുള്ള ചെറിയ അനക്കങ്ങളെപോലും നിരീക്ഷിച്ചു. കാലുകളെ ഉപയോഗശൂന്യമാക്കി, ആന്തരികാവയവങ്ങളെ നിഷ്ക്രിയമാക്കി വ്യാപിക്കുന്ന മരണത്തെക ണ്ട് ജീവിക്കാനുള്ള ആസക്തിയോടെ അനന്തകൃഷ്ണൻ പിടഞ്ഞു.

മാറാരോഗമാണെന്ന അറിവോടെ അവഗണനയുടേയും ഒഴിഞ്ഞ് മാറലിന്റേയും ന്യായങ്ങളെ അനന്തകൃഷ്ണൻ തിരിച്ചറിയുന്നു. അയാൾ ഉപയോഗശൂന്യവും പ്രയോജനരഹിതവുമായ വസ്തുവായിരിക്കുന്നു. ഇനി അയാൾ ആശ്രിതരുടേയും സുഹൃത്തുക്കളുടേയും ഓർമ്മകളെ വേട്ടയാടു ന്ന ദുഷ്ടാത്മാവായി തീരുകയാണ്.

മരണത്തേയും ജീവിതത്തേയുംകുറിച്ച് വ്യവഹാര കാലത്തിന് അപ്പുറം നീളുന്ന ആഴമുള്ള ചിന്തകൾ അനന്തകൃഷ്ണന് അന്യമാണ്. സംഭവങ്ങളുടെ ഉപരിതലത്തിൽ സമൃദ്ധിയുടേയും രാഷ്ട്രീയത്തിന്റേയും പിന്തുണയോടെ ബഹുമാന്യനായി അയാൾ സഞ്ചരിച്ചു. അച്ഛന്റെ സിംഹകല്പനകളിൽനിന്ന് രക്ഷപ്പെടാനും ദാമ്പത്യത്തിന്റെ അതൃപ്തിക ളിൽനിന്ന് ഒഴിഞ്ഞുമാറാനും വേണ്ടി അയാൾ സമൂഹത്തിലേക്ക് ഇറങ്ങി. പ്രതിഷേധങ്ങളും പ്രതികരണങ്ങളുമില്ലാതെ എല്ലാവർക്കും നല്ലവനായി അയാൾ ജീവിച്ചുവന്നതാണ്.

സദാനന്ദന്റേയും കൃഷ്ണവേണിയുടേയും തോന്നലുകളെ ഭ്രമിപ്പിച്ച അനന്തകൃഷ്ണൻ മരണത്തോട് സമരസപ്പെട്ട് ശാന്തനാകുകയാണ്.

                    ജീവകാരുണ്യം

'എല്ലാവരും ചേർന്ന് ഇതുവരെ എന്നെ വിഡ്ഢിയാക്കുകയായിരുന്നു. രോഗമുക്തിയെക്കുറിച്ചും ജീവിതത്തെക്കുറിച്ചും അനാവശ്യ സങ്കല്പങ്ങൾ ഞാൻ കൊണ്ട് നടന്നു.'

'ഏട്ടനോട് സത്യം പറയാനുള്ള ആത്മധൈര്യം ഞങ്ങൾക്കുണ്ടായില്ല'.

'എങ്കിലും ഒന്നും മറച്ചുവെയ്ക്കേണ്ടിയിരുന്നില്ല. എന്റെ തലവിധി ഇത്ര വരെയാകാം. ഞാനും മരണമറിയാതെ സ്വപ്നങ്ങൾ കണ്ടു ജീവിച്ചു. ഇനി ഒന്നും ചെയ്യാനില്ല. തെറ്റുകൾ തിരുത്തി ശരിയുണ്ടാക്കാനും കഴിയില്ല'.

ഉച്ചതാഴ്ചയിൽ അനന്തകൃഷ്ണനും കൃഷ്ണവേണിയും മുറിയിൽ തനിച്ചായി. പാപബോധത്തിന്റെ ക്ഷമാപണങ്ങളോടെ അയാൾ അവളുടെ കയ്യി ൽപിടിച്ചു.

'നിന്നെ പരിഗണിക്കാത്ത ഞാൻ ഒരുപാട് അനീതികളാണ് ചെയ്തത്. രാധാമണിയെ ഉപേക്ഷിക്കാനും നിന്നെ സ്വീകരിക്കാനും എന്റെ മനസ്സിന കഴിഞ്ഞിട്ടില്ല. അച്ഛനെ ധിക്കരിച്ച് തന്റേടത്തോടെ ജീവിക്കാൻ എന്റെ ഭീരുത്വം സമ്മതിച്ചില്ല. നീ ക്ഷമിക്കണം. എന്റെ കുറ്റങ്ങളോട് പൊറുക്കണം. എങ്കിലേ മനസ്സമാധാനത്തോടെ എനിക്ക് മരിക്കാൻ കഴിയൂ.'

'ക്ഷമിക്കാനും പൊറുക്കാനും ഞാനാരുമല്ല. ഈ പ്രായത്തിൽ തന്നെ പലതും അനുഭവിച്ചു. ഇനി എന്തെല്ലാം അനുഭവിക്കണമോ ആവോ?'

ഓർമ്മകളുടെ ആഴങ്ങളിൽ നിറഭേദങ്ങളെ ശേഷിപ്പിക്കാതെയാണ് കൃഷ്ണവേണിയുടെ ജീവിതത്തിൽനിന്ന് അനന്തകൃഷ്ണൻ വിട്ടുപിരിയുന്നത്. വിനോദയാത്രയും പ്രിയപ്പെട്ട വസ്തുക്കളെ സമ്മാനിക്കലും അവരുടെ ജീവിതത്തിൽ അപൂർവ്വമാണ്. വിവാഹത്തിന്റെ പുതുമയിൽ അനന്തകൃ ഷ്ണൻ അമ്മയോടെ വാങ്ങിയ സാരി വസുന്ധരയ്ക്ക് നിറച്ചേർച്ചയുണ്ടെന്ന് പറഞ്ഞ് കല്ല്യാണിയമ്മ മാറ്റിവെച്ചു. പ്രതിഷേധിക്കാതെ കണ്ടുനിന്ന അയാൾ കലഹത്തിന്റെ വഴിമരുന്നുകളെ കണ്ട് പിന്നീട് ഒരിക്കലും കൃഷ്ണവേണിക്കുവേണ്ടി പ്രിയപ്പെട്ടവയെ തിരഞ്ഞെടുത്തില്ല. അവളുടെ വീട്ടുകാർ ആവശ്യങ്ങളെ അറിഞ്ഞ് എന്തിനും മുൻകൈ എടുക്കുന്നു.

മരണത്തിന്റെ സാന്നിദ്ധ്യത്തോടെ അനന്തകൃഷ്ണൻ വീണ്ടും വീണ്ടും ജീവിതത്തെക്കുറിച്ച് ചിന്തിച്ചുകൊണ്ടിരുന്നു. അതെന്താണെന്നും, എന്തി നാണെന്നും അയാൾക്ക് അറിയാനായില്ല. നരകപാതാളങ്ങളുടെ ഭീകരദൃശ്യങ്ങളും നിസ്സഹായനായ മനുഷ്യന്റെ പരിമിതികളും അയാൾ തീക്ഷ്ണമായി അനുഭവിച്ചു. എല്ലാം എവിടെയോ അവസാനിക്കുകയും അവ്യക്തതയിൽ ആരംഭിക്കുകയുമാണ്. ആരുടേയോ മനസ്സിലിരിപ്പ കളാണ് ജീവിതവും ആയുസ്സും പിന്നെ മരണവുമായി പരിണമിക്കുന്നത്.

പരേതാത്മാക്കളുടെ ദീനസ്വരങ്ങളും കർമ്മബന്ധങ്ങളുടെ ഉരുക്കഴിക്ക
ന്ന ശിക്ഷാവിധികളും അനന്തകൃഷ്ണന്റെ ഓർമ്മകളേയും സ്വബോധത്തേ
യും നിരന്തരം ആക്രമിച്ചു. അനാവശ്യ വസ്തുവായി കിടന്ന് മരണത്തിന്റെ
ദുരൂഹതകളിലേക്ക് അയാൾ നോക്കി. അറിവുകേടുകൾക്ക് പരിഹാ
രമായി എല്ലാവരും അദൃശ്യമായ ദൈവാത്മാവിൽ എത്തിച്ചേരുന്നു.
അനന്തകൃഷ്ണൻ വിശ്വാസിയോ ഭക്തനോ അല്ല. മരണം അജ്ഞാത
മാകുമ്പോൾ ദുരഭിമാനമില്ലാതെ ദൈവനിശ്ചയങ്ങളിലേയ്ക്കും അങ്ങനെ
കർമ്മബദ്ധമായ വിധിയിലേക്കും അയാൾ പ്രവേശിക്കുകയാണ്.

ശരീരം അവസ്ഥാന്തരമാണെന്നും ആത്മാവിന് മരണമില്ലെന്നും വിശ്വ
സിക്കേണ്ടി വരുന്നു. ജന്മപരമ്പരകളെ ഉൾക്കൊള്ളുമ്പോഴും അനന്ത
കൃഷ്ണൻ തീരാത്ത ആത്മവ്യഥ അനുഭവിച്ചു. ഭാര്യയ്ക്കും മകൾക്കും വേണ്ടി
അയാൾ യാതൊന്നും കരുതിവെയ്ക്കുന്നില്ല. മരണമില്ലാത്ത ജന്തുവായി,
ആൾക്കൂട്ടത്തിലെ അഭിജാതനായി അയാൾ ജീവിച്ചുവന്നതാണ്. ശിവ
ശങ്കരന് നിർബന്ധപിരിവായി ശമ്പളത്തിലെ മുക്കാൽ പങ്കും നൽകിയ
അയാൾ പരിമിതമായ ആവശ്യങ്ങളുമായി ജീവിതത്തെ നേരിട്ടു. കുറ്റവി
ചാരണയുമായി മരണം കാത്തുകിടക്കുമ്പോഴും ജീവിതം മായികഭ്രമങ്ങ
ളോടേയും വന്യമായ ആസക്തിയോടേയും അനന്തകൃഷ്ണനെ വശീകരിച്ചു.
സജീവമായ മനസ്സ് ശരീരത്തിന്റെ ബലഹീനതകളേയും മരണത്തേയും
കണ്ട് അടങ്ങുന്നില്ല. ശക്തി ക്ഷയിച്ച്, ചലനശേഷി നശിച്ച് ഭാഗികമായി
തളർന്ന് വീഴുമ്പോഴും യൗവനതീക്ഷ്ണമായ മനസ്സ് ആസക്തിയുടെ ഉൾത്ത
ടിപ്പോടെ ജീവിതത്തെ സമീപിക്കുന്നു.

വേദനാസംഹാരിയുടെ ബാധയേറ്റ് മയങ്ങിക്കിടക്കുമ്പോഴും അനന്ത
കൃഷ്ണന്റെ മനസ്സിൽ മരണത്തിന്റെ ദുരൂഹമായ മുഖം വികസിച്ചു. മരിച്ച
വരുടെ നിഴൽക്കാഴ്ചകൾ സാന്ത്വനത്തോടെ മാടിവിളിക്കുന്നു. മരണം
അഗാധമായ ശാന്തതയാണെന്നും വേദനാരഹിതമായ അവസ്ഥയാ
ണെന്നും രോഗമുക്തമാണെന്നും പറഞ്ഞ് അവർ പ്രലോഭിപ്പിക്കുന്നു.
ശരീരത്തിന് മരണം ആവശ്യമാകുമ്പോഴും അനന്തകൃഷ്ണന്റെ മനസ്സ്
ജീവിതത്തിന്റെ വർണ്ണങ്ങളെ ആശിച്ചു. മരണത്തിന്റേയും ജീവിതത്തി
ന്റേയും സത്യഭൂമിയിലേക്ക് അയാൾ പതുക്കെപ്പതുക്കെ ഇറങ്ങിവന്നു.

ഹൃദയം സ്തംഭിച്ച് മരിച്ച സത്യനാഥൻ മാഷിന്റെ ആഗ്രഹങ്ങളുടെ
വ്യാപ്തിയെ അനന്തകൃഷ്ണന് അറിയാം. വിയോഗത്തിന്റെ ദുരന്തങ്ങളേയും
അനന്തകൃഷ്ണൻ നേരിട്ട കണ്ടതാണ്. ജീവിക്കാൻ ത്രസിച്ച വസ്തുനിഷ്ഠമായ
മനസ്സ് കുറേ ബാദ്ധ്യതകളെ അവശേഷിപ്പിച്ച് കടന്നുപോയി. പുത്തൻ
വീടിന്റെ അസ്തിവാരം സത്യനാഥൻ മാഷിന്റെ ആഗ്രഹങ്ങളുടെ സ്മാര
കമായി. യാദൃശ്ചികമായി വന്നുപെട്ട പണം ധൂർത്തടിച്ച് തീർത്ത ഭാര്യ

     ജീവകാരുണ്യം

വയറ്റപിഴപ്പിന്റെ കാര്യംപറഞ്ഞ് മറ്റാണങ്ങളെ സ്വീകരിച്ചു. പഠിത്തം നിർത്തി പണിക്കിറങ്ങിയ മകൻ ലോട്ടറി വിൽക്കുകയും പലപ്പോഴും മോഷണകേസ്സുകളിൽ പ്രതിയാവുകയും ചെയ്തു. മകൻ പോലീസിന്റെ പിടിയിൽപ്പെട്ടാൽ സത്യനാഥൻമാഷിന്റെ ഭാര്യ നിലവിളികളോടെ അനന്തകൃഷ്ണനെ തിരഞ്ഞെത്തും.

വയറിന്റേയും നിസ്സഹായതയുടേയും അബദ്ധസഞ്ചാരങ്ങളെ കൃഷ്ണ വേണിക്ക് തേടേണ്ടിവരില്ല. ഉറച്ച സാമ്പത്തികസ്ഥിതിയും വേണ്ടപ്പെ ട്ടവരുടെ സഹായവും അവൾക്കുണ്ട്. അനന്തകൃഷ്ണന്റെ അഭാവവും വൈധവ്യത്തിന്റെ ദുരിതങ്ങളും സഫലമാവാത്ത ജീവിതവുമാണ് അവളെ പീഡിപ്പിക്കുക.

സ്വച്ഛവും വിശുദ്ധവുമായ ചിന്തകളോടെ മരണത്തിലേക്ക് പ്രവേ ശിക്കണമെന്ന് അയാൾ കരുതി. എങ്കിലും അനന്തകൃഷ്ണന്റെ വിശക ലനങ്ങൾ അടിമണ്ണുകളെ ഇരന്നു. ചിന്തകളുടെ അവസാനം അയാൾ കുറ്റക്കാരനാകുന്നു. പരിമിതമായ ചലനങ്ങളും അടഞ്ഞ ജീവിതവുമായി അനന്തകൃഷ്ണന്റെ ദിവസങ്ങൾ ഇഴയുകയാണ്.

അനന്തകൃഷ്ണന്റെ ശ്വാസചലനങ്ങളിൽപോലും അവഹേളനത്തിന്റെ മനസ്താപങ്ങളും നിസ്സഹായന്റെ മരണാസക്തിയുമാണ്. വെളുത്തയും കറുത്തയും പുകപടലങ്ങൾ കൊണ്ടു നിറഞ്ഞയും സ്വർഗ്ഗനരകങ്ങളുടെ സാമീപ്യംകൊണ്ട് സവിശേഷവുമായ ഒന്നായി മരണം അയാളുടെ മുമ്പിൽ ഉയർന്നു.

ലഹരിയുടെ ഉഷ്ണജ്വാലകളിൽ ചിന്തകളെ ഉപേക്ഷിക്കാൻവേണ്ടി സദാനന്ദൻ പലപ്പോഴും ഇറങ്ങി. അനന്തകൃഷ്ണൻ അസഹ്യമായ വേദ നകൊണ്ടു പിടഞ്ഞു. വേദനാസംഹാരികളുടെ എണ്ണം കൂട്ടുന്നെങ്കിലും ബോധശൂന്യമായ മയക്കം ബലംക്ഷയിച്ച് വേദനകളുടെ ഉൾപൊട്ട ലായി. അസഹ്യമായി നിലവിളിച്ച അയാൾ പൊട്ടുന്നനെ കണ്ണുതുറിച്ച് ചുണ്ടുകൾ കോട്ടി. പാതിപൊളിച്ച വായിൽനിന്ന് നുരയും പതയും ദുഷിച്ച ഗന്ധത്തോടെ ഒഴുകി.

ഡോക്ടേഴ്സ് കോട്ടേജിൽ പുസ്തകം വായിച്ചുകൊണ്ടിരുന്ന ശിവ പ്രസാദ് കൃഷ്ണവേണിയുടെ വരവുകണ്ട് ഉടനടി സ്റ്റെതസ്ക്കോപ്പുമായി ഇറങ്ങി. ഇഞ്ചക്ഷന്റെ പിൻബലത്തിൽ അയാൾ അനന്തകൃഷ്ണനെ ശാന്തനാക്കി ഉറക്കി കിടത്തി. മരണത്തിന്റെ വരവുകണ്ട് മനുഷ്യന്റെ പരിമിതികളെക്കുറിച്ച് അയാൾക്ക് ബോധ്യംവന്നു. ചുരുങ്ങിയ കാലത്തെ പ്രായോഗിക പരിചയംകൊണ്ട് മരിക്കുന്നവർ ഭാഗ്യവാന്മാരാണെന്നും ആശ്രിതരുടെ ബാക്കികാലം നിർഭാഗ്യങ്ങളുടെ കേന്ദ്രമാണെന്നും അയാൾ തിരിച്ചറിഞ്ഞു. ജീവിക്കുന്നവരുടെ ദുരിതങ്ങളെ ഓർത്ത്

അയാൾ എപ്പോഴും അസ്വസ്ഥനായി.

വരാന്തയിലേക്ക് ഇറങ്ങിയ ഡോക്ടർ ശിവപ്രസാദ് പരിസരബോ ധത്തിന്റെ തിരിച്ചറിവോടെ ശബ്ദം താഴ്ത്തി പറഞ്ഞു: 'ഒരു വിധവയുടെ ഏകമകനാണ് ഞാൻ. വൈധവ്യത്തിന്റെ ദുരന്തം എന്താണെന്ന് അമ്മയെ കണ്ട വളർന്ന എനിക്കറിയാം. വൈധവ്യത്തെ ഒഴിവാക്കാൻ അവസരമുണ്ടായിരുന്നിട്ടും സ്ത്രീകൾ അതിനെ സ്വീകരിക്കുന്നതിനെ ഓർത്ത് ഞാൻ അത്ഭുതപ്പെട്ടുകയാണ്'.

അപ്പോഴേയ്ക്കും മനസ്സിന്റെ സ്വാഭാവിക നിലപാടുകളിലേയ്ക്ക് കൃഷ്ണവേണി എത്തിച്ചേർന്നിരുന്നു.

'മരണം മനുഷ്യന്റെ സൃഷ്ടിയല്ലല്ലോ. ഭർത്താവും മക്കളും കുടുംബവു മായിതീർന്ന സ്ത്രീക്ക്, ഭാര്യയ്ക്ക് സ്വാഭാവികമായും വൈധവ്യത്തെ സ്വീ കരിക്കേണ്ടി വരുന്നു. മറ്റൊന്നിനും കഴിയാത്തവിധം ഇവിടെ സ്ത്രീകൾ നിസ്സഹായരാണ്'.

'നിങ്ങൾ സത്യമറിയാതെയാണ് പറയുന്നത്. നിങ്ങളുടെ അനുഭ വങ്ങളേയും പരിതസ്ഥിതികളേയും പരിശോധിക്കാം. തീർച്ചയായും നിങ്ങൾക്ക് വൈധവ്യത്തേയും തുടർന്നുള്ള ദുരന്തത്തേയും ഒഴിവാക്കാൻ കഴിയും. അനന്തകൃഷ്ണൻ നിങ്ങളുടെ ആന്തരിക ജീവിതത്തിലേക്ക് പ്രവേ ശിച്ചിട്ടില്ലെന്ന് എനിക്കറിയാം. ഭാര്യാഭർത്തൃബന്ധം ബാദ്ധ്യതയും മറ്റ ള്ളവരുടെ ആവശ്യവുമായി നിങ്ങൾ കൊണ്ടുനടക്കുകയാണ്. ഇപ്പോൾ വിവാഹമോചിതയാകുന്നുവെങ്കിൽ വൈധവ്യത്തെ ഒഴിവാക്കി ജീവിത ത്തിന്റെ ശരിയായ നിലപാടുകളിലേക്ക് നിങ്ങൾ എത്തിച്ചേരുകയാണ്'.

'ഇത് അനാവശ്യ വ്യാഖ്യാനമാണ്'.

'എന്റെ കണ്ടെത്തലാണ് ശരി. മരിക്കുന്നവർ ഭാഗ്യവാന്മാരാണ്. അവർ ജീവിക്കുന്നവരുടെ കഷ്ടപ്പാടുകൾ അറിയുന്നില്ല. സമൂഹത്തിന്റെ വിലക്കുകളേയും മർദ്ദനങ്ങളേയും അറിയാത്ത ലോകത്തിലാണ് അവർ'.

'മരിക്കാൻ കിടക്കുന്ന ഭർത്താവിൽനിന്ന് സ്ത്രീ മോചനം നേടിയെന്ന വിചാരിക്കുക. അവളേയും മക്കളേയും ആരു സംരക്ഷിക്കും? ഭർത്താവി ന്റെ ബന്ധുക്കളും സ്വന്തം വീട്ടുകാരും അവളെ പുറന്തള്ളും'.

'അവൾ മറ്റൊരു വിവാഹം കഴിക്കണം? സാമ്പത്തികമായി സ്വന്തം നിലനില്പ്പും കണ്ടെത്തണം'.

'ഒരാണും അവളെ ഭാര്യയായി സ്വീകരിക്കില്ല. അനേകം ആണങ്ങൾ മാത്രമാകും അവളുടെ ഗതി'.

വിഷയത്തിന്റെ പ്രായോഗിക മാർഗ്ഗങ്ങളിലേക്ക് കടക്കാൻ

ശിവപ്രസാദ് തയ്യാറായതാണ്. അടുത്ത മുറികളിലെ ആൾക്കാർ വാക്കുകളെ ഇഴപിരിച്ച് ശ്രദ്ധിക്കുന്നതു കണ്ടപ്പോൾ അയാൾ പതുക്കെ പിൻവാങ്ങി.

അത്യാസന്നഘട്ടത്തിൽ ചികിത്സക്കെത്തുന്ന ഡോക്ടർ ശിവപ്രസാദ് സഹതാപത്തിന്റെ വിട്ടുവീഴ്ചയോടെ കൃഷ്ണവേണിയുമായി കൂടുതൽ അടുത്തു. കാർത്ത്യായനി നിർബന്ധിച്ചതോടെ വിഘ്നപരിഹാരത്തി നായി അവൾ ദിവസേന ഗണപതി അമ്പലത്തിലേക്ക് പോകാറുണ്ട്. നട ഇറങ്ങി വരുമ്പോഴോ, അമ്പലത്തിലേക്ക് പോകുമ്പോഴോ, ഡോക്ടർ ശിവപ്രസാദ് അവളുടെ മുമ്പിൽ യാദൃശ്ചികമായി കടന്നുവരും. ഡോക്ട റോടുള്ള ആദരവിനെ അവൾ മുഖപരിചയത്തിൽ ഒതുക്കാൻ ശ്രമിച്ചു. സഹതാപത്തിന്റെ മാനുഷികതയോടെ അയാൾ വാചാലനാകുന്നു. തുടർന്ന് അവരുടെ കണ്ടുമുട്ടലുകൾ കാത്തുനില്പും ഒന്നിച്ചുള്ള പ്രഭാത സഞ്ചാരവുമായി. പിന്നീട് സങ്കോചത്തോടെയാണെങ്കിലും മനസ്സിന്റെ ഇറന്നുവെയ്ല്ലുകൾക്കും നിന്ദ്യമായ അനുഭവങ്ങളുടെ വിവരണങ്ങൾക്കും കൃഷ്ണവേണി സന്നദ്ധയായി.

വൈധവ്യത്തിന്റെ ദുരന്തങ്ങളിൽനിന്നും അപശകുനങ്ങളിൽനിന്നും രക്ഷപ്പെടണമെന്ന് കൃഷ്ണവേണി അതിയായി ആഗ്രഹിച്ചു. നിറപ്രായ ത്തിൽ ആറുമാസത്തെ വിവാഹബന്ധത്തോടെ അവസാനിച്ച വലിയ മ്മയുടെ മകളുടെ ജീവിതം അവളുടെ മുമ്പിലുണ്ട്. അമിതവേഗതയിൽ ബൈക്ക് ഓടിച്ച ഭർത്താവ് അപകടത്തിൽപ്പെട്ട് മരിച്ചപ്പോൾ വത്സല വിധവയായി. മോർച്ചറിയിൽനിന്ന് അംഗഭംഗങ്ങളോടെ കൊണ്ടുവന്ന ശവശരീരത്തിന്റെ ഭാഗമായി വത്സലയുടെ കുപ്പിവളകളും കെട്ടുതാലി യും എരിഞ്ഞടങ്ങി. അതോടെ വത്സലയുടെ ജീവിതത്തിൽ പൂക്കളും വർണ്ണങ്ങളുമില്ലാത്ത ലോകം ഉയർന്നു. ഘാതകിയും അപശകുനവുമായി തീർന്ന വത്സലയുടെ യൗവ്വനത്തിൽ വീണ്ടും മാറ്റങ്ങൾ കടന്നുവരുന്നു. ഗർഭിണിയായി കയറുമ്പിൽ ജീവിതം അവസാനിപ്പിച്ച വത്സല അപമാനങ്ങൾക്കും മാന്യതകൾക്കും പ്രതിവിധി കണ്ടെത്തുന്നു.

കാർത്ത്യായനിയുടെ നിർബന്ധങ്ങൾക്കു വഴങ്ങി ഗണപതി അമ്പ ലത്തിലേക്ക് പുറപ്പെട്ട കൃഷ്ണവേണി ഇപ്പോൾ പ്രഭാതങ്ങൾക്കുവേണ്ടി കാത്തിരിക്കുന്നു. വർണ്ണങ്ങളെല്ലാം നിഷിദ്ധമാകുമെന്ന തോന്നലോടെ ഭംഗിയായി അവൾ ഉടുത്തൊരുങ്ങുന്നു. വിഘ്നേശ്വരന്റെ മുമ്പിൽ മരണ നിവാരണത്തിനുവേണ്ടി അർത്ഥശൂന്യമായി പ്രാർത്ഥിക്കാൻ അവൾക്ക് കഴിയുന്നില്ല. സജീവമായ ആൾക്കൂട്ടവും നിറങ്ങളുടെ വൈവിധ്യവും അവളുടെ ആവേശമായി.

അമ്പലത്തിൽ നിന്നിറങ്ങിയ കൃഷ്ണവേണി ശിവപ്രസാദിന്റെ കൂടെ

മൗനം മുറിക്കാതെ നടന്നു. അവളുടെ മനസ്സിൽ അയാൾ ഉന്നയിച്ച ചോദ്യങ്ങൾ ശരിയായ പരിഹാരമാകുന്നെങ്കിലും സന്തുഷ്ടമായ അവസാനമാകുന്നില്ല.

അസാധാരണമായി ശിവപ്രസാദ് ഹോട്ടലിലേക്ക് ക്ഷണിച്ചപ്പോൾ കൂടെ നടന്ന അവൾ തിരക്കിൽ നിന്നൊഴിഞ്ഞിരിക്കാൻ ശ്രദ്ധിച്ചു.

'ഞാൻ നിങ്ങളെ നിർബന്ധിക്കുകയല്ല. ശരിയായ തീരുമാനത്തെ ച്ചൂണ്ടികാണിച്ചുവെന്നു മാത്രം. ഭർത്താവു മരിക്കുമെന്നറിഞ്ഞാൽ യാന്ത്രികമായ ദാമ്പത്യത്തിൽനിന്ന് സ്ത്രീ മോചനം നേടണം. അതവളുടെ ആവശ്യമാണ്. അങ്ങനെ വൈധവ്യത്തിന്റെ ദുരന്തങ്ങളെ ഒഴിവാക്കാൻ സ്ത്രീക്കു കഴിയണം.'

'ഡോക്ടർ എന്റെ ചോദ്യത്തിന് ഉത്തരം പറഞ്ഞിട്ടില്ല. അവളെ ആരാണ് ഭാര്യയായി സ്വീകരിക്കുക?'

'അത് മറ്റുള്ളവരുടെ കാര്യം. എന്റെ കാര്യമാണെങ്കിൽ.....'

പൊട്ടന്നനെ അയാൾ മേശപ്പുറത്തുവെച്ച കൃഷ്ണവേണിയുടെ കയ്യിൽ അമർത്തിപിടിച്ചു.

'കൃഷ്ണവേണിയെ എനിക്കിഷ്ടമാണ്. ഞാൻ എന്തിനും തയ്യാറാണ്'.

അവിശ്വസനീയതയോടെ വാക്കുകളെ കേട്ടിരുന്ന കൃഷ്ണവേണി പരിസരബോധത്തിലേക്ക് മടങ്ങാൻ കുറേനേരമെടുത്തു. ജീവിതത്തിൽ നിന്നും വർണ്ണ വൈവിധ്യങ്ങളിൽനിന്നും പിൻമാറാനല്ല ആഴങ്ങളിലേക്ക് ഇറങ്ങിച്ചെല്ലാനാണ് അവളും ആഗ്രഹിച്ചത്. സംരക്ഷണവും സുരക്ഷിതത്വവും പുരുഷന്റെ ആവേശമാകുന്ന സ്ത്രീത്വവുമാണ് അവൾ കൊതിച്ചത്.

'അമ്മയോട്, ചിലതെല്ലാം ഞാൻ സൂചിപ്പിച്ചിട്ടുണ്ട്. വൈധവ്യ ദു:ഖമറിഞ്ഞ അവർ കൃഷ്ണവേണിയേയും മകളേയും സ്വീകരിക്കാൻ തയ്യാറാണ്. ഇനി വേണിയുടെ തീരുമാനമാണ് അറിയേണ്ടത്'. ശിവപ്രസാദ് തുടർന്നു: 'ഏറിയാൽ പതിനഞ്ചു ദിവസം. അതിനപ്പുറം അനന്തകൃഷ്ണൻ ജീവിച്ചിരിക്കില്ല. വിധവയെ സ്വീകരിക്കാൻ തയ്യാറാണെങ്കിലും വൈധവ്യത്തിൽനിന്ന് വേണിയെ രക്ഷിക്കാനാണ് എനിക്ക് താല്പര്യം. അതുകൊണ്ട് വേണിയുടെ മറുപടി ഉടനടി വേണം. എത്രയും വേഗം കാര്യങ്ങൾ ചെയ്യുതീർക്കണം'.

'ഞാൻ സ്വസ്ഥമായൊന്ന് ആലോചിക്കട്ടെ.'

'എന്തിന്? വിധവയാകാനോ?'

'അല്ലെങ്കിൽ....'

ആത്മഹത്യചെയ്ത വത്സലയുടെ ഓർമ്മ മനസ്സിലേക്കു

          ജീവകാരുണ്യം

കടന്നുവന്നതോടെ കൃഷ്ണവേണി ആത്മബലത്തോടെ പറഞ്ഞു.

'എനിക്ക് ജീവിക്കണം. ഞാൻ വരാം. ഇപ്പോഴെങ്കിൽ ഇപ്പോൾ'.

'ആദ്യം ഹരിപ്രിയയെ ഇവിടെ എത്തിക്കണം. എന്നിട്ടുമതി എല്ലാം'.

നാല്

അനന്തകൃഷ്ണൻ രോഗബാധിതനായതോടെ സ്വത്തിനും ബാങ്ക് വിഹിതത്തിനും അനന്തരാവകാശികളെ ശിവശങ്കരൻ നിശ്ചയിച്ചു. മറ്റൊരുത്തിയുടെ വംശാവലി അവകാശങ്ങളോടെ തന്റെ അദ്ധ്വാനഫലങ്ങളെ അനുഭവിക്കുന്നതിനെ അയാൾക്ക് സഹിക്കാനാവില്ല. അനന്തകൃഷ്ണന്റെ ഗ്രാറ്റുവിറ്റിയും പി.എഫും ഭാര്യയ്ക്കും മകൾക്കും ലഭിക്കേണ്ടതാണെന്ന് അയാൾ കരുതി. മറ്റെല്ലാം അനാവശ്യ അവകാശങ്ങളാണ്. ഭാഗം വാങ്ങിച്ച് ഭാഗധേയം ഒഴിഞ്ഞ ഹരികൃഷ്ണനെകുറിച്ച് ശിവശങ്കരൻ ചിന്തിക്കുന്നേ ഇല്ല. ബീജധാരണത്തിന്റെ ഓർമ്മകളിൽനിന്നുപോലും ഹരികൃഷ്ണനെ പുറത്താക്കാൻ അയാൾക്കു കഴിഞ്ഞു.

അച്ഛന്റെ ബലഹീനതകൾക്കും അധികാരത്തിനും കൂട്ടുനിന്ന വസുന്ധരയിൽ ശിവശങ്കരൻ പ്രത്യാശകളെ കേന്ദ്രീകരിച്ചു. അവളുടെ വംശാവലി രക്തബന്ധത്തിന്റെ പകർച്ചയായി കാലം മുഴുക്കെ നീളുന്നതാണ്. മിലിട്ടറിയിൽനിന്ന് വിട്ടതലായ പത്മനാഭൻ അവസ്ഥയുടെ പഴുതറിഞ്ഞ് ശിവശങ്കരന്റെ അനുസാരിയും സഹായിയുമായി കൂടുന്നു. അയാളുടെ മനോഭാവങ്ങളെ കണ്ട് പെരുമാറിയ പത്മനാഭൻ വിരോധങ്ങളെ രഹസ്യമായി മറച്ചു.

ശിവശങ്കരൻ പുതുതായി, രജിസ്റ്റർചെയ്ത ഒസ്യത്തിന് സ്വയാർജ്ജിത സ്വത്തുക്കളെ തന്റെ കാലശേഷം ഭാര്യയ്ക്കും മകൾക്കുമായി ഭാഗംവെച്ചു. ഭാര്യയ്ക്കും മകൾക്കും ക്രയവിക്രയ സ്വാതന്ത്ര്യം അനുവദിക്കുന്നില്ല. സ്വത്തുക്കളുടെ ലാഭവിഹിതം ഉപയോഗിക്കാം. പേരമക്കൾക്കാണ് മുതലുകളെ വിൽക്കാനുള്ള അവകാശം. കൂടാതെ ആറേക്കർ കൃഷിഭൂമി

 ജീവകാരുണ്യം

ലളിതടീച്ചർക്ക് പ്രത്യേകം ക്രയവിക്രയ സ്വാതന്ത്ര്യത്തോടെ അയാൾ നൽകുന്നുമുണ്ട്.

വിവരങ്ങൾ ശേഖരിച്ച ഉണ്ണിക്കൃഷ്ണൻമാഷ് ആത്മരോഷത്തോടേയും മനസ്താപത്തോടേയും ആശുപത്രിയിൽ എത്തി.

'മാനേജരുടെ ഒസ്യത്തിനെ തടയാൻ നമ്മളെന്തെങ്കിലും ചെയ്യണം. ഇത് വല്ലാത്ത അനീതിയാണ്. ഒരച്ഛനും മകനോടിത് ചെയ്യരുത്'.

അനന്തകൃഷ്ണന്റെ അവശതകളേയും ഭാവമാറ്റങ്ങളേയും ശ്രദ്ധിച്ച സദാ നന്ദൻ പരിഭവങ്ങളില്ലാതെ പുഞ്ചിരിച്ചു. ഓറഞ്ച് പിഴിഞ്ഞുകൊണ്ടിരുന്ന അയാൾ ഗ്ലാസ്സിന്റെ അടിത്തട്ടിൽ താഴ്ന്ന വിത്തുകളെ ലാഘവത്തോടെ വലിച്ചെറിഞ്ഞു.

'ചേച്ചിയേയും മകളേയും നോക്കാനും അവരുടെ ഭാവി സംരക്ഷിക്കാ നും ഞങ്ങൾക്ക് കഴിയും. ജീവിതത്തിന്റെ അവസാന കണക്കുക്കൂട്ടല കൾ മാനേജർക്ക് അറിയില്ല. പിന്നെ ഈ അവസ്ഥയിൽ കോടതി കയറാനും ഞങ്ങൾ തയ്യാറല്ല'.

'കൃഷ്ണവേണി എന്തുപറയുന്നു?'

'എനിക്ക് ആരുടേയും സ്വത്തുവേണ്ട. ഇപ്പോൾ എനിക്ക് അങ്ങനെ യൊന്നും ചിന്തിക്കാൻ കഴിയില്ല. മാഷേ'

വ്യക്തമായ തീരുമാനത്തിൽ എത്തിയ കൃഷ്ണവേണി സമയം കളയാതെ വൈധവ്യത്തിന്റെ അപശകുനങ്ങളിൽനിന്ന് രക്ഷപ്പെടാൻ ശ്രമിക്കുകയാണ്. അവളുടെ നീക്കങ്ങളുടെ പ്രത്യാഘാതമായി ഗ്രാമ്യ ധാരണകൾ ഉറഞ്ഞുണരാം. അനന്തകൃഷ്ണൻ ആർക്കും വേണ്ടാത്ത അനാഥശവമായിതീരാം. ദാമോദരനും കാർത്ത്യായനിയും ആശ്വസി ക്കുകയോ സമ്പ്രദായങ്ങളുടേയും ആചാരങ്ങളുടേയും നിഷേധം കണ്ട് ഖേദിക്കുകയോ ചെയ്യാം.

കാലതാമസത്തിന്റെ ആപത്തുകളെ അറിഞ്ഞ ഡോക്ടർ ശിവപ്രസാദ് തീരുമാനങ്ങൾ നടപ്പിലാക്കാൻ വേണ്ടി നാട്ടിലേക്ക് ഉടനടി പുറപ്പെട്ടു. അയാൾ മടങ്ങിവരുന്നതിന് മുമ്പ് അനന്തകൃഷ്ണന് യാതൊന്നും സംഭ വിക്കരുത്.

മോർഫിയയുടെ മായികവലയത്തിൽ കിടന്ന അനന്തകൃഷ്ണൻ ഉണ്ണി കൃഷ്ണൻമാഷിന്റെ തീവ്രവികാരങ്ങളോട് നിസ്സംഗതയോടെ പ്രതികരിച്ചു. ജീവിതത്തിന്റെ വിധിനിശ്ചയം അറിഞ്ഞതോടെ അനാവശ്യമായ നിർബ ന്ധങ്ങളും വസ്തുക്കളോട്ടുള്ള ആസക്തിയും അയാളിൽനിന്ന് വേറിട്ടു. മരണം യാഥാർത്ഥ്യമാകുമ്പോൾ മറ്റെല്ലാം അനാവശ്യ ബാദ്ധ്യതകളായി തീരുകയാണ്. കളിയുടെ തുടക്കത്തിൽനിന്ന് പിടിച്ചമാറ്റപ്പെട്ടമ്പോൾ

പരിഭവങ്ങളും അജ്ഞാനത്തിന്റെ അഹന്തകളും ശേഷിക്കും. രോഗം നിർണ്ണയിച്ചതോടെ ആൾക്കൂട്ടത്തിൽ നിന്നും രാഷ്ട്രീയത്തിന്റേയും അധികാരത്തിന്റേയും ഉന്നതങ്ങളിൽനിന്നും പുറന്തള്ളപ്പെട്ട അനന്ത കൃഷ്ണൻ വിലകുറഞ്ഞ സാധാരണക്കാരനായി. അനേകം കാൻസർ രോഗികളിൽ ഒരാൾ മാത്രമായി. അനന്തകൃഷ്ണന്റെ സംരക്ഷകർക്ക് വ്യക്തമായ താല്പര്യങ്ങളും ലക്ഷ്യങ്ങളുമുണ്ട്. മകളുടെ വൈധവ്യത്തെ ഒഴിവാക്കുകയാണ് അവരുടെ ആവശ്യം.

അനന്തകൃഷ്ണന്റെ മനസ്സിൽ മരണവും ജീവിതവും വിഭിന്നമാകാതെ സങ്കല്പങ്ങളോടെ വികസിച്ചു. ആഴങ്ങളെ കാണാത്ത അയാൾക്ക് വ്യ ക്തമായ തീരുമാനങ്ങളിലും വിശ്വാസങ്ങളിലും എത്തിച്ചേരാനാകുന്നില്ല. വീഴ്ചകൾ മറ്റുള്ളവർക്ക് അവസരവും അധികാരവും നൽകുന്നു. മനുഷ്യത്വ മുള്ളവരും സഹതാപത്തോടെ മനസ്സപിക്കുന്നവരും അധികാരത്തിന് അയോഗ്യരാണ്. അനന്തകൃഷ്ണന്റെ രാഷ്ട്രീയജീവിതത്തിൽ ജനസമ്മത നായ നേതാവ് അനുയായികളുടെ പ്രതിയോഗിയും അവസരങ്ങളെ നിഷേധിക്കുന്ന ശക്തനുമാണ്.

ഇതുവരെ മനുഷ്യബന്ധങ്ങളേയും ജീവിതത്തേയും സംബന്ധിച്ച അബദ്ധധാരണകളിൽ അനന്തകൃഷ്ണൻ ചുറ്റിപിണഞ്ഞു കിടന്നു. മരണം ജന്മത്തിന്റേയും ജീവിതത്തിന്റേയും സത്യദർശനമായി അയാളുടെ മുമ്പിലേക്ക് കടന്നുവന്നു. യാതൊന്നും സ്ഥിരമല്ലെന്നും സ്ഥിരമായത് മറ്റു ചിലതാണെന്നും അനന്തകൃഷ്ണന് തോന്നിയടങ്ങുന്നു. സംതൃപ്തിക്കും സുരക്ഷിതത്വത്തിനും സമൃദ്ധിക്കുംവേണ്ടിയാണ് മനുഷ്യർ ഇടപഴകുന്ന തും ബന്ധങ്ങൾ സ്ഥാപിക്കുന്നതും ഭാവപ്രകടനങ്ങൾ നടത്തുന്നതും. തന്നെക്കുറിച്ചും ഭ്രമിയുടെ മരണംവരെയുള്ള നിലനില്പിനെ കുറിച്ചുമാണ് മിക്കവരും സ്വാർത്ഥതയോടെ ചിന്തിക്കുന്നത്. അനന്തകൃഷ്ണന്റെ പുത്തൻ അനുഭവങ്ങൾ കാഴ്ചകളുടെ ദുർമേദസ്സുകളെ അകറ്റി വാസ്തവ ങ്ങളെ പ്രകാശിപ്പിച്ചു.

ഭാര്യ, മക്കൾ, ബന്ധുക്കൾ, സുഹൃത്തുക്കൾ എല്ലാം സ്വന്തം നിലനി ല്പിന്റെ വ്യാഖ്യാനങ്ങളാണ്. മരണത്തിന്റെ ഭാഗംചേരാനോ സ്വയം സമർപ്പിക്കാനോ ആർക്കും കഴിയില്ല.

ബന്ധങ്ങളേയും ജീവിതത്തേയും പരിശോധിച്ച അനന്തകൃഷ്ണൻ നിരാശയോടെ ഹരികൃഷ്ണനിലും ശിവശങ്കരനിലും എത്തിച്ചേർന്നു. ഇപ്പോൾ അയാൾക്ക് ജീവിതം എന്തെന്ന് അറിയാം. മനുഷ്യൻ എന്താകണമെന്ന് വ്യക്തമായി പറയാനും ഇന്നത്തെ അനന്തകൃഷ്ണൻ ശക്തനാണ്.

'രേഖകളിൽ സ്വയാർജ്ജിതമാണെങ്കിലും സ്വത്തുക്കളെല്ലാം

  ജീവകാരുണ്യം

പാരമ്പര്യമായി കിട്ടിയതാണെന്ന് നാട്ടുകാർക്ക് അറിയാം. പിന്നെ കുറച്ച ഭൂമി മാനേജർ വാങ്ങീട്ടുണ്ട്. അത് പാരമ്പര്യ സ്വത്തിൽനിന്നുള്ള വരുമാനംകൊണ്ട് നേടിയതാണ്. സ്വയാർജ്ജിതം എന്നുപറയാൻ മാനേജർക്ക് ആ ശരീരമേ ഉള്ളൂ'.

'ഉണ്ണിമാഷ്ടം നമ്മളും വിഷമിച്ചതുകൊണ്ട് കാര്യമില്ല. എല്ലാം അച്ഛനു തോന്നേണ്ടതാണ്. മകന്റെ ജീവന് ചെലവു നിശ്ചയിച്ച ആ മനുഷ്യനി ൽനിന്ന് നമ്മൾ നന്മ പ്രതീക്ഷിക്കരുത്'.

'അയാളും ഒരച്ഛനാണല്ലോ!'

'രോഗവും മരണവും സ്വാഭാവികമാണെന്നും മരണത്തോടെ എല്ലാം അവസാനിക്കുന്നുവെന്നും തനിക്കും മരണമുണ്ടെന്നും ആരും ഓർക്കാ റില്ല'.

മരണത്തിന്റെ മുമ്പിൽ വന്നുപെട്ട് ജീവിതത്തെ തിരിച്ചറിഞ്ഞതോടെ സദാനന്ദന്റെ ആത്മസംഘർഷങ്ങൾ ദർശനങ്ങളായി വികസിച്ചു. മറ്റ ുള്ളവരുടെ മരണത്തിൽനിന്ന് സ്വന്തം മരണത്തിലേക്കും അങ്ങനെ മരണത്തിൽ ഊന്നിയ ജീവിതദർശനത്തിലേക്കും അയാൾ എത്തിച്ചേ ർന്നു. മരണബോധം ആളോടിയ ജീവിതം അടക്കിപിടിക്കലും നീചമായ നിലപാടുകളുമില്ലാതെ വിശുദ്ധമാകുന്നു. നിസ്സാരമായ മനുഷ്യജീവിതം സാർത്ഥകമാക്കി ഉദാത്തമായ മാനുഷികതയിലേക്ക് ഓരോരുത്തരും എത്തിച്ചേരണം.

ഇപ്പോൾ സദാനന്ദൻ മദ്യത്തിന്റെ ലഹരിബാധ ഇല്ലാതെ ശാന്തനാ യുറങ്ങുന്നു. അയാളുടെ ബലിഷ്ഠമായ മനസ്സ് ജീവിതത്തെ നേരിടാനും എന്തും സഹിക്കാനും തയ്യാറായി.

റേഡിയേഷൻ തീയ്യേറ്ററിലേക്ക് നിഗ്രൂഢമായ പരിവേഷത്തോടെയുള്ള അനന്തകൃഷ്ണന്റെ യാത്രകൾ അവസാനിച്ചു. പ്രതിവിധികൾക്കും ചികി ത്സകൾക്കും വഴങ്ങാത്ത അയാളുടെ രോഗം ഭീകരമായി വികസിക്കുന്നു. രോഗത്തിന്റെ ദയാരഹിതമായ ആക്രമണം മനുഷ്യന്റെ പരിമിതികളെ ക്കുറിച്ച് അനന്തകൃഷ്ണനെ ബോദ്ധ്യപ്പെടുത്തി. തളർന്നു വീഴുമ്പോഴാണ് ശക്തിയെയും അഹന്തയുടെ മിഥ്യയെയുംക്കുറിച്ച് അറിയാനാകുക.

വീണ്ടും മെലിഞ്ഞു നീണ്ട അനന്തകൃഷ്ണൻ വേരുകൾ ഉണങ്ങി ബലം ക്ഷയിച്ച വൃക്ഷമായി. അയാളുടെ രോഗബാധിതമായ വയർ വീർത്തുമുഴ ത്തു. വൻകുടലിൽനിന്ന് ചോര ഞരമ്പുകളില്ലൂടെ ആന്തരികാവയവങ്ങ ളിലേക്ക് മാരകമായ കാൻസർ പടന്നുകൊണ്ടിരുന്നു. ചിന്തകൾ സജീ വമാകുമ്പോഴും മരണത്തിന്റെ തലോടലേറ്റ് വേദനകൊണ്ട് പുളഞ്ഞ അയാൾ ബോധത്തിന്റെ ഇടവേളകളിലേക്ക് ഇടയ്ക്കിടെ മടക്കംവെച്ചു.

ജീവകാരുണ്യം

ബോധാബോധങ്ങളുടെ മയക്കത്തിൽ കിടന്ന അനന്തകൃഷ്ണന്റെ മുമ്പിൽ മനുഷ്യബന്ധങ്ങളുടേയും അധികാരത്തിന്റേയും വസ്തുക്കളുടേയും വിലമതിപ്പുകളും പ്രസക്തിയും തെളിഞ്ഞു. വേർപാടിന്റെ കാലങ്ങളിൽ അയാൾക്ക് ഒന്നിനേയും വിലമതിക്കാനായില്ല. വ്യർത്ഥമാണന്നും വ്യാമോഹമാണന്നും അറിയുമ്പോഴും എന്തുകൊണ്ടെന്ന ചോദ്യം ശേഷിപ്പാകുന്നു.

സംഹാരത്തിന്റേയും നിന്ദ്യമായ ജീവിതത്തിന്റേയും പ്രതീകമായി ശിവശങ്കരൻ തെളിയുന്നു. ആത്മാവിനേയും ദൈവത്തേയും അറിയാത്ത അയാൾ ജീവിതത്തിന്റെ പുറംകാഴ്ചകളിലും മാംസത്തിന്റേയും വസ്തുക്കള ടേയും വിലമതിപ്പുകളിലും ലയിച്ചു. തന്റെ നിർബ്ബന്ധങ്ങൾക്കും ആവശ്യ ങ്ങൾക്കും വേണ്ടി വഴിവിട്ട സഞ്ചരിക്കാനും അയാൾ തയ്യാറായി.

ശിവശങ്കരന്റെ പോയകാലം അന്നും ഇന്നും ജനക്കൂട്ടത്തിന്റെ മായിക സങ്കല്പങ്ങളാണ്. അയാളുടെ നാട്ടുംവീട്ടും ബന്ധുക്കളും അറ്റം കാണാത്ത രഹസ്യാനുഭവങ്ങളാണ്. വസ്തുതർക്കവും കോടതി വ്യവഹാരവും നീണ്ട നീണ്ട അതിക്രമങ്ങളും കയ്യേറ്റങ്ങളും വിളകണ്ടങ്ങളുടെ തീവെയ്ക്കമായ പ്പോൾ സ്ഥലം ഇൻസ്പെക്ടരുടെ കൂടെ ശിവശങ്കരനും കേരളശ്ശേരിയി ലേക്ക വരുന്നു. കല്ല്യാണിയമ്മയുടെ അച്ഛൻ പ്രഭാകരന്റെ കൃഷിയാണ് കത്തിപടർന്ന് ചാരമാകുന്നത്. അയൽക്കാരനും കൃഷിക്കാരനുമായ ഭാസ്ക്കരനുമായുള്ള കോടതി വ്യവഹാരം പ്രഭാകരന്റെ വിജയമായ പ്പോൾ വഴിവിട്ട അക്രമങ്ങളുണ്ടായി. വീണ്ടും സിവിലും ക്രിമിനലുമായി കേസുകൾ പെരുകിയതോടെ പ്രതിരോധത്തിന്റെ ആത്മരക്ഷയോടെ പ്രഭാകരൻ പോലീസിനെ ആശ്രയിക്കുന്നു. ചാരായത്തിന്റേയും കോഴിഇ റച്ചിയുടേയും കൈമാറുന്ന പണത്തിന്റേയും പിൻബലത്തിൽ ദേഹരക്ഷ കിട്ടുമ്പോൾ പ്രഭാകരനും കുടുംബവും സമാധാനത്തോടെ ഉറങ്ങുന്നു.

ആധാരനിശ്ചയങ്ങളെ മറികടന്ന് പ്രഭാകരനെ നിരാധാരനാക്കാ നുള്ള ശ്രമങ്ങളാണ് ഭാസ്കരൻ നടത്തുന്നത്. കുളവെള്ളത്തിന്റെ അവകാശ തർക്കം അനാവശ്യമായ വസ്തുവ്യവഹാരമായി. നാട്ടുവിശ്വാ സങ്ങളും ആധാരതെളിവുകളും വിധി എഴുതുമ്പോഴും ഭാസ്കരനേയും ആൺമക്കളേയും തളക്കാൻ പ്രഭാകരന് പോലീസിനെ ആശ്രയിക്കേ ണ്ടിവരുന്നു.

തിന്നും കുടിച്ചും രക്ഷകനായി കഴിഞ്ഞ ശിവശങ്കരൻ യൗവ്വന നിറവുകളോടെ നിന്ന കല്ല്യാണിയെ ആസക്തിയോടെ ഉന്നംവെച്ചു. അയാളുടെ ബലിഷ്ഠമായ ദേഹപ്രകൃതങ്ങളെ അവളും ആർത്തിയോടെ നോക്കിനിന്നു. രക്ഷാപുരുഷനായി എത്തിയ ശിവശങ്കരൻ സമയസ ന്ദർഭങ്ങളുണ്ടാക്കി സന്ധ്യയോടെ വരുകയും പിന്നീട് പ്രഭാതത്തോടെ

                    ജീവകാരുണ്യം

യാത്രപറയുകയുമാണ്.

കോടതി വ്യവഹാരങ്ങളിൽ ജയിച്ച് നാട്ടുകാർക്ക് ബഹുമാന്യനായ പ്രഭാകരന്റെ മുമ്പിൽ അപമാനത്തിന്റെ ഭ്രൂണം പതുക്കെ വളർന്നുവന്നു. ഭാര്യ പറഞ്ഞ് കല്ല്യാണിയുടെ അബദ്ധസഞ്ചാരത്തെ കുറിച്ച് അയാൾ അറിയുന്നു. പരിഹാരങ്ങളും പ്രതിവിധികളുമില്ലാതെ മകൾ വയറുനിറ ഞ്ഞു നിൽക്കുമ്പോൾ പ്രഭാകരൻ പാപബോധത്തോടെ തലതാഴ്ത്തുന്നു. ശിവശങ്കരനെ തിരഞ്ഞ് പോലീസ് സ്റ്റേഷനിൽ എത്തിയ പ്രഭാകരന് അയാൾ സ്ഥലംമാറിപോയെന്ന വിവരം കിട്ടി. പ്രശ്നപരിഹാരം നിശ്ച യിച്ച് ഇറങ്ങിയ അയാൾ ശിവശങ്കരന്റെ തീരുമാനത്തിൽ ആയുസ്സിനെ ഉറപ്പിച്ചതാണ്. ഇതുവരെ കല്ല്യാണിയുടെ ഗർഭം നാട്ടുകാരറിയാതെ മറഞ്ഞിരിക്കുന്നു. ശിവശങ്കരൻ ഒഴിഞ്ഞുമാറുമ്പോഴാണ് വഴിതെറ്റലിന്റെ മാനാപമാനങ്ങൾ ഉയരുക.

വാളയാർ ചൗക്കിയിൽ കാവൽനിന്ന ശിവശങ്കരന്റെ മുമ്പിലേക്ക് പ്ര ഭാകരൻ ക്ഷമാപണങ്ങളോടെ കടന്നുചെന്നു. അലസമായി അയാളെ നേരിട്ട ശിവശങ്കരൻ അവിഹിത ഗർഭത്തിന്റെ അപമാനങ്ങളെകുറി ച്ചാണ് ചിന്തിച്ചത്. സമുദായം പൊതു നടപടികളിൽനിന്നും വിശേഷാ വസരങ്ങളിൽ നിന്നും പ്രഭാകരനേയും കുടുംബത്തേയും മാറ്റിനിർത്തും. ജാരസന്തതിയെ പ്രസവിക്കാനും വളർത്താനും അവർക്ക കഴിയില്ല. കൂട്ട ആത്മഹത്യയാണ് രക്ഷാമാർഗ്ഗമായി തീരുക.

ശിവശങ്കരന്റെ ജീവിതത്തിൽ അനേകം സ്ത്രീകൾ വന്നുപോയിരിക്ക ന്നു. അവരുമായി സ്ഥിരബന്ധം തുടരാൻ അയാൾ ആഗ്രഹിച്ചതല്ല. കല്ല്യാണിയും അയാളുടെ മനസ്സിൽ പരുക്കുകൾ ഏല്പിക്കാതെ കടന്ന പോയതാണ്. പ്രായോഗികമായ നിലപാടുകളിലേക്ക് ഇറങ്ങിയ ശിവ ശങ്കരൻ അടിച്ചുതളിക്കാരിയുടെ മകനെന്ന ഓർമ്മകളിൽ നിന്നണർന്ന് സാമൂഹ്യമാന്യതയ്ക്കും സമ്പന്നതയ്ക്കും വേണ്ട വഴികണ്ടെത്തി.

'അമ്മാവൻ അനാവശ്യമായി പരിഭ്രമിക്കരുത്. ഞങ്ങൾ ചെറിയ തെറ്റുകൾ ചെയ്തു. അതിനെ ശരിയാക്കാനും എനിക്ക കഴിയും'.

പ്രത്യാശയോടെ നിശ്വസിച്ച പ്രഭാകരൻ അപ്പോൾ മാത്രമാണ് വിശപ്പിനേയും ദാഹത്തേയും കുറിച്ചോർത്തത്. വിവരം അറിഞ്ഞതുമു തൽ എല്ലാവരും പട്ടിണിയിലാണ്. വീട്ടിൽ യാതൊന്നും വെയ്ക്കുകയോ വിളമ്പുകയോ ചെയ്യുന്നില്ല.

മാന്യനും സമ്പന്നനുമാകാൻ ഉറപ്പിച്ച ശിവശങ്കരൻ അവസരം മുത ലെടുത്തു.

'കല്യാണി ഗർഭിണിയാണെന്ന് ഇപ്പോൾ നാട്ടുകാരറിഞ്ഞിട്ടില്ല.

ഞാൻ കയ്യൊഴിഞ്ഞാൽ നിങ്ങളുടെ ഗതി എന്താകും? കൂട്ട ആത്മഹ
ത്യ തന്നെ. ഞാൻ പറയുന്നത് നിങ്ങളുടെ എല്ലാം മാന്യത രക്ഷിക്കാൻ
വേണ്ടിയാണ്. അമ്മാവന്റെ സ്വത്തിനുള്ള ഏക അവകാശി കല്ല്യാ
ണിയാണല്ലോ. അവളെ വിവാഹം കഴിക്കുന്നവന് സ്വാഭാവികമായി
അതെല്ലാം ലഭിക്കും. പക്ഷേ എനിക്ക് ചില നിബന്ധനകളുണ്ട്. എങ്കിലേ
ഈ കല്ല്യാണം നടക്കൂ.'

'എന്ത് കാര്യമാണെങ്കിലും ശിവശങ്കരൻ പറഞ്ഞോ. ഞാനതുചെയ്യാം.
ഇപ്പോൾ ഞങ്ങളുടെ മാന്യതയും ജീവിതവും ശിവശങ്കരന്റെ കയ്യിലാണ്".

'അതാണ് കാര്യം. അമ്മാവന്റെ സ്വത്തുക്കളെല്ലാം എന്റെ പേർക്ക്
എഴുതിതരണം. ദാനം വേണ്ട, തീറുതന്നെ ആവട്ടെ'.

'എന്നിട്ട് നീ അവളെ?'

'ഒന്നുമുണ്ടാവില്ല. മരണംവരെ കല്ല്യാണി എന്റെ കൂടെ തന്നെയുണ്ടാ
കും. അടിച്ചതളിക്കാരിയുടെ മകൻ ഭ്രസ്വത്തുക്കളുടെ ഉടമയായി മാന്യത
യോടെ ജീവിക്കണം. ഞാനൊരിക്കലും വാക്ക തെറ്റിക്കില്ല'.

ശിവശങ്കരൻ തന്റെ ജീവിതത്തിൽനിന്ന് കല്ല്യാണിയെ പുറന്തള്ളുന്നി
ല്ല. എങ്കിലും അവൾ അപമാനിക്കപ്പെട്ടും അവഗണിക്കപ്പെട്ടും ജീവിതം
മുഴുക്കെ നരകിച്ച. സമ്പന്നനും മാന്യനുമായി കേരളശ്ശേരിയിൽ വന്നക്ക
ടിയ ശിവശങ്കരൻ പരുഷമായ പ്രതാപത്തോടെ ചുറ്റപാടുകളെ നിയ
ന്ത്രിച്ച. ജീവിതത്തിലേക്ക് പ്രതികാരത്തോടെ ഇറങ്ങിയ അയാൾക്ക്
സന്മനസ്സിന്റേയും കാരുണ്യത്തിന്റേയും മാർഗ്ഗങ്ങളില്ല. അടക്കിപിടിക്ക
കയും അടക്കിഭരിക്കുകയുമാണ് അയാളുടെ രീതികൾ.

കൃഷിഭൂമിയുടേയും വസ്തുക്കളുടേയും അവകാശിയാകുന്നെങ്കിലും പോയ
കാലത്തെ അപമാനങ്ങളെ ശിവശങ്കരൻ മനസ്സിൽ കൊണ്ടുനടന്ന.
അയാൾ സമൂഹത്തിന്റെ ആദരവു നേടാനായി കേരളശ്ശേരിയിൽ
എയ്ഡഡ് സ്ക്കൂൾ സ്ഥാപിച്ച. അതുവരെ മണ്ണൂരിലേക്കോ കോങ്ങാട്ടി
ലേക്കോ ഏറെ നടന്ന് പിഞ്ചുകാലുകൾ തളർന്നിരുന്ന. സ്ക്കൂൾ മാനേ
ജരായതോടെ പോലീസുപണി ഒഴിഞ്ഞ ശിവശങ്കരൻ നെല്ലിന്റേയും
തേങ്ങയുടേയും പിൻബലത്തിൽ അമിതാധികാരങ്ങളോടെ വിലസി.
അയാളുടെ ആജ്ഞകളും നിർദ്ദേശങ്ങളുമാണ് എവിടേയും നടപ്പിലാ
കുക.

ഇവിടെവെച്ച് ലളിതടീച്ചർ ക്രമസംവിധാനത്തെ പ്രകമ്പനംകൊള്ളിച്ച്
കടന്നുവരുന്ന. അപ്പോഴേയ്ക്കും കല്ല്യാണി മൂന്നുമക്കളുടെ അമ്മയായി മാതൃ
ത്വത്തിലേക്ക ജീവിതത്തെ വഴിതിരിച്ച് വിട്ടിരുന്ന. അച്ഛനും അമ്മയും
മരിച്ചതോടെ അടുക്കളയുടേയും വീടിന്റേയും സമചതുരങ്ങളിൽ അവളുടെ

ജീവിതം വലഞ്ഞുറ്റി. സഹനവും കീഴടങ്ങലും ജീവിതത്തിന്റെ സമാധാന രേഖയായി അവൾ സ്വീകരിച്ചു. ശിവശങ്കരനെ ആർക്കും അടക്കിനി ർത്താനാവില്ലെന്നും അയാളുടെ ഉള്ളിൽ മൃദുലരാശികൾ ഇല്ലെന്നും അവൾ അനുഭവിച്ചറിഞ്ഞു.

മറുനാട്ടിൽനിന്ന് ജോലി തേടി എത്തിയ ലളിതയെ സൗജന്യമായി അദ്ധ്യാപികയായി ശിവശങ്കരൻ നിയമിച്ചു. നഷ്ടം നികത്താൻ അയാൾ അവളുടെ രാത്രികളിലേക്ക് പ്രവേശിച്ചു. അവൾക്കു താമസിക്കാൻ കേരളശ്ശേരിയിൽ വീട്ട കണ്ടെത്തിയ അയാൾ പ്രവർത്തിപരിചയത്തി നവേണ്ടി മാത്രം ലളിതയെ ക്ലാസ്സുമുറികളിലേക്ക് പറഞ്ഞുവിട്ട. പിന്നീട് അവളുടെ രാത്രികളെ കീഴടക്കുന്നതിലൂടെ ലളിതയ്ക്ക് സ്ഥിരനിയമന ഉത്തരവ് ലഭിക്കുന്നു. ലളിതയും വയസ്സായ അമ്മയും പരിമിതികളെ അറിഞ്ഞ് ജീവിതത്തെ പങ്കുവെച്ചപ്പോൾ ശിവശങ്കരന്റെ അപഥ സഞ്ചാരം അവളുടെ വയറിൽ നിറവായി മൂതിർന്നു. പിന്നീട് സ്വയം അണിഞ്ഞ താലിയോടെ ലളിത സ്ക്കൂളിലേക്ക് വരുന്നു. മാനേജരുടെ വെപ്പാട്ടിയും അധികാരകേന്ദ്രവുമായ അവൾക്ക് ക്രമേണ ആൾക്കൂട്ടത്തി ല്യം അംഗീകാരം ലഭിച്ചുതുടങ്ങി.

കല്ല്യാണി പ്രതിഷേധത്തോടെ അന്തരീക്ഷത്തെ ശബ്ദമുഖരിതമാ ക്കിയപ്പോൾ ശിവശങ്കരൻ ഉപേക്ഷയോടെ അവളോട് പെരുമാറി. അത്യാവശ്യങ്ങളെ കണ്ടെത്തിയും അവസരങ്ങളെ ഉണ്ടാക്കിയും ലളിതടീച്ചർ അവകാശത്തോടെ പലപ്പോഴും വീട്ടിലേക്ക് കയറിവന്നു. ശിവശങ്കരനോട് പരിസരബോധമില്ലാതെ ഇടപഴകിയ അവൾ മറ്റുള്ള വരുടെ മനോഭാവങ്ങളെ അവഗണിച്ചു. കണ്ടം കേട്ടും വൃത്തികേടുകളെ അറിഞ്ഞ അനന്തകൃഷ്ണൻ ഭയപ്പാടോടെ അടങ്ങിക്കൂടി. ഹരികൃഷ്ണനാണ് എവിടേയും അനാവശ്യ ഇടപെടലുകൾ നടത്തുന്നത്.

ക്ലാസ്സുമുറിയിൽ സംശയങ്ങളോടെ നിന്ന ഹരികൃഷ്ണനോടു ലളിത ടീച്ചർ സൗമ്യമായി ചോദിച്ചു.

'ഹരികൃഷ്ണന് എന്താണ് സംശയം?'

'വെപ്പാട്ടിയുടെ അർത്ഥമെന്താ ടീച്ചർ?'

കുട്ടികൾ തലകുനിച്ച് അമർത്തി ചിരിച്ചപ്പോൾ വാക്കുകളിലെ അപമര്യാദയെ തിരിച്ചറിഞ്ഞ ലളിതടീച്ചർ മുറിയിൽനിന്ന് കലങ്ങിയ കണ്ണുകളോടെ ഇറങ്ങിനടന്നു.

ഹരികൃഷ്ണന്റെ അനാവശ്യ ചോദ്യങ്ങൾക്കും അപമര്യാദകൾക്കും ശിവ ശങ്കരന്റെ ച്ചൂരൽ മറുപടി നൽകി. കാൽവണ്ണയിൽ വട്ടക്കലായി ച്ചൂരൽ വീഴുമ്പോഴും ലളിതടീച്ചർ വെപ്പാട്ടിയാണെന്ന് അവൻ വിളിച്ചപറഞ്ഞു.

പിന്നീട് സ്ക്കൂൾവിട്ട് ജനമധ്യത്തിലേക്ക് ഇറങ്ങിയ ലളിത ടീച്ചറെ വെപ്പാട്ടിയെന്ന വിളിച്ച് അവൻ അപമാനിക്കുന്നു. വീണ്ടും ശിവശങ്ക രന്റെ ക്രൂരമായ ശിക്ഷാവിധികളാണ്. ചട്ടകം പഴുപ്പിച്ച് ഹരികൃഷ്ണന്റെ തുടയിൽ ഗുണനചിഹ്നമിട്ട ശിവശങ്കരൻ മകനെ നിലക്ക നിർത്താൻ പ്രതിജ്ഞയെടുത്തു. അയാളുടെ തീവ്രശ്രമങ്ങളെല്ലാം നീണ്ട അകൽച്ച കളും പ്രതികാരത്തിന്റെ വിഭ്രാന്തികളുമായി അവസാനിക്കുന്നു.

പ്രതിഷേധിക്കാതെയും നിഷേധിക്കാതെയും ജീവിച്ച അനന്തകൃ ഷ്ണൻ ശിവശങ്കരന്റെ ആജ്ഞകളെ അനുസരിച്ചു. അവന്റെ ജീവിതവും ചിന്തകളും അച്ഛന്റെ നിബന്ധനകളെ നടപ്പിലാക്കുക മാത്രമായി. അനന്തകൃഷ്ണനുവേണ്ടി ശിവശങ്കരന് ഒരിക്കലും മറുവിളി വിളിക്കേണ്ട തില്ല. തലകുനിച്ച് ഭയപ്പാടോടെ നടക്കുന്ന അവൻ ഉടനടി അയാളുടെ മുമ്പിലെത്തും. ശത്രുവിൽനിന്ന് പിൻമാറിയ ഹരികൃഷ്ണൻ അമ്പലപ റമ്പിലെ ആൽത്തറയിലും ചന്തമുക്കിലെ ക്ലബ്ബിലും നേരം കളഞ്ഞു. പുസ്തകങ്ങളിൽ വീണ താഴ്ന്ന ശിവശങ്കരന്റെ ആജ്ഞകൾക്കുവേണ്ടി കാതോർത്തും അനന്തകൃഷ്ണന്റെ ബാല്യകൗമാരങ്ങൾ ഇഴഞ്ഞു. അച്ഛനെ ധിക്കരിക്കുന്ന ഹരികൃഷ്ണനെ അവൻ ബഹുമാന്യതകളോടെ മനസ്സിൽ സൂക്ഷിച്ചു. അച്ഛന്റെ അരുമയായ അനന്തകൃഷ്ണനെ ഒരു നികൃഷ്ട ജന്തുവി നെപോലെ ഹരികൃഷ്ണൻ വെറുത്തു.

മക്കൾ കൺമുമ്പിൽ ഉണ്ടാവണമെന്നും അധഃകൃതരുമായി കൂട്ടുകൂ ടരുതെന്നും ശിവശങ്കരൻ ആജ്ഞാപിച്ചതാണ്. നിബന്ധനകളെ തെറ്റിച്ചാൽ ഉടുപൊളിയുന്ന ചൂരൽ പ്രയോഗമാണ്. അച്ഛനെ ധിക്കരി ക്കാൻ തയ്യാറാകുന്ന ഹരികൃഷ്ണൻ സമപ്രായക്കാരുടെ കൂടെ ചേർന്ന് നാട്ടുചുറ്റുന്നു. ശിവശങ്കരന്റേയും ഹരികൃഷ്ണന്റേയും നടുക്ക് സമാധാന ത്തിന്റെ മാർഗ്ഗങ്ങളുമായി അനന്തകൃഷ്ണൻ നിൽക്കും. അച്ഛൻ വിവരം അറിയുമ്പോൾ വേലി തഴപ്പുകളെ ഒടിച്ച് അപകടസാദ്ധ്യതകളെ അനന്തകൃഷ്ണൻ അറിയിക്കുന്നു. അപ്പോൾ ഹരികൃഷ്ണൻ സന്ധ്യകഴി ഞ്ഞു വീട്ടിലെത്തും. ശിവശങ്കരൻ ലളിതടീച്ചർക്കൊപ്പമോ അല്ലെങ്കിൽ ചാരായത്തിൽ മുങ്ങി നിലമറന്നു കിടക്കുകയോ ആവും. പ്രഭാതത്തോടെ ശാന്തനാകുന്ന ശിവശങ്കരൻ കേരളശ്ശേരിക്കാർക്കു ആദരണീയനായി ഏതെങ്കിലും സമുദായപ്രശ്നങ്ങളുടെ നടുക്കായിരിക്കും.

അനന്തകൃഷ്ണൻമാഷായപ്പോഴും ഹരികൃഷ്ണൻ ഉത്തരവാദിത്തങ്ങളും ജോലിയുമില്ലാതെ അലസനായി വിലസി. പ്രായത്തിന്റെ മാംസളമായ വിളികൾക്കും അവൻ കീഴടങ്ങി. പണിക്കാരികളുമായുള്ള ഹരികൃഷ്ണന്റെ ഇടപഴകലുകൾ അതിരുകൾ ലംഘിച്ച് നെല്ലറയിലെ രഹസ്യാനുഭവ ങ്ങളായി. മകനെ കയ്യോടെ പിടിച്ച ശിവശങ്കരൻ അപഥസഞ്ചാരത്തെ

തല്ലി ഒളുക്കാൻ തയ്യാറാകുന്നു. ഓങ്ങിയ ചൂരലിനെ ലാഘവത്തോടെ പിടിച്ചമാറ്റിയ ഹരികൃഷ്ണൻ ചെറുപ്പത്തിന്റെ ദാർഢ്യത്തോടെ ശിവശങ്ക രനെ നേരിട്ടു.

'ഇനി തൊട്ടാൽ മകന്റെ തല്ലുകൊണ്ടെന്നു വരും. ചിലപ്പോൾ മകന്റെ തല്ലുകൊണ്ട ചാകേണ്ട ഗതികേട വരും. അടിച്ചുതളിക്കാരന് സിംഹാസനം കിട്ടിയെന്നു വിചാരിച്ച് എന്നെ ഭരിക്കാൻ നോക്കണ്ട. ഭരണം അനന്തകൃഷ്ണനോട്ടും അടുക്കളയില്ലും മതി'

'നിന്നെ ഞാൻ'

'ഒന്നും ചെയ്യില്ല. അതെല്ലാം വെപ്പാട്ടിയോട്ട മതി'.

അച്ഛന്റെ പാരമ്പര്യമായി കിട്ടിയ ബലിഷ്ഠശരീരം ഹരികൃഷ്ണനെ പോലീ സുകാരനാകാൻ സഹായിക്കുന്നു.

പുതുശ്ശേരി സ്റ്റേഷനിലെ പോലീസുകാരനായ ഹരികൃഷ്ണൻ വീട്ടിൽ അപൂർവ്വ സന്ദർശകനായി വന്നുപോയി. മെഹർനീസയെ അറബി അദ്ധ്യാപികയായി നിയമിച്ചപ്പോഴും അന്തരീക്ഷം പ്രക്ഷുബ്ധമാകാതെ ശാന്തമായി. മെഹർനീസയെ നിയമിക്കാൻ ശുപാർശചെയ്ത ഹരികൃഷ്ണ ന്റെ മുമ്പിൽ ശിവശങ്കരൻ നിശ്ശബ്ദമായി കീഴടങ്ങി. പുതുശ്ശേരിയിലേക്ക് ഹരികൃഷ്ണൻ ദിവസേന പോയി തുടങ്ങുന്നതോടെ പുത്തൻ വിശേഷങ്ങ ളും വാർത്തകളും നാട്ടിൽ പരക്കുന്നു.

ജാതിയും പാരമ്പര്യവും നിഷേധിച്ച് അന്യമതക്കാരിയുമായി ബന്ധം വെച്ച ഹരികൃഷ്ണനെ ശിവശങ്കരൻ രഹസ്യമായി നേരിടുന്നു. ശത്രുപാ ളയത്തിൽ കടന്നുചെല്ലാത്ത അയാൾ അടിയൊഴുക്കുകൾ നടത്തി മെഹർനീസയുടെ ജോലി അവസാനിപ്പിച്ചു. മുസ്ലീം കുട്ടികളെ സ്ക്കൂളിൽ പ്രവേശിപ്പിക്കാതേയും ഉള്ളവർക്ക് വിട്ടുതൽ സർട്ടിഫിക്കറ്റ് നൽകിയും അറബി തസ്തിക ഇല്ലാതാക്കാൻ ശിവശങ്കരന കഴിഞ്ഞു. പ്രൊട്ടക്ഷൻ ലഭിക്കാത്ത മെഹർനീസ വീട്ടിൽതന്നെ ഇരുപ്പായി.

ആക്രമണത്തിന് പ്രത്യാക്രമണം നിശ്ചയിച്ച ഹരികൃഷ്ണൻ പരിമിതി കളെ ലംഘിച്ച് മുന്നേറി ധീരനും ധിക്കാരിയുമായി. നല്ലവനും സ്വാത്വിക നമായ അനന്തകൃഷ്ണൻ രാധാമണിയെ വിവാഹം കഴിച്ച് വേർപിരിഞ്ഞ കാലമാണ്. അനന്തകൃഷ്ണന്റെ ദുഃഖത്തെ ഭീരുത്വമായി കണ്ട ഹരികൃഷ്ണൻ രാധാമണിയെ എപ്പോഴും സംസാരത്തിലേക്ക് വലിച്ചിഴച്ച് അയാളുടെ മുറിവുകളെ കുത്തിനോവിച്ചു.

ദൃഢനിശ്ചയത്തോടേയും   പ്രതിബന്ധങ്ങളെ   തകർക്കുമെന്ന വാശിയോടെയും എത്തിയ ഹരികൃഷ്ണൻ പ്രഖ്യാപനത്തിന്റെ വീറോടെ അനന്തകൃഷ്ണന്റെ മുമ്പിൽനിന്നു.

'ഞാൻ മെഹർനീസയെ വിവാഹം കഴിക്കാൻ നിശ്ചയിച്ചു. അടുത്തു തന്നെ അതു നടക്കും. നിനക്ക് ഇഷ്ടമാണെങ്കിൽ വരാം'.

'മറ്റൊരു മതവുമായി കൂട്ടുചേരുന്നത് സ്വാഭാവികമായും പൊരുത്ത ക്കേടുകൾ ഉണ്ടാക്കും. രണ്ടുപേരുടേയും പാരമ്പര്യവും സംസ്കാരവും വിഭിന്നമാണ്. നമ്മുടെ ആചാരങ്ങളല്ല അവരുടേത്'.

'ഇതൊന്നും ഒരു പുരുഷൻ ശ്രദ്ധിക്കേണ്ട കാര്യമല്ല. കാലംമാറുന്നത് അറിയാത്തവന്റെ അനാവശ്യ തടസ്സവാദങ്ങളാണ്. എനിക്ക് ഒന്നേ അറിയേണ്ടൂ. നിനക്ക് സമ്മതമാണോ?'

'അച്ഛനെ എതിർക്കാൻ എനിക്കു കഴിയില്ല'.

അനന്തകൃഷ്ണൻ തലകുനിച്ചാണതു പറഞ്ഞത്. ആത്മബലവും തന്റേടവും ഇല്ലാത്ത ഏട്ടനെ നോക്കി ഹരികൃഷ്ണൻ പൊട്ടിച്ചിരിച്ചു. പിന്നീട് ശത്രുവെ കീഴടക്കുന്ന ആവേശത്തോടെ ശിവശങ്കരനെ അയാൾ നേരിടുകയാണ്. ശിവശങ്കരനോട് തന്റെ തീരുമാനം അറിയിക്കുന്ന ഹരി കൃഷ്ണനെ ആർക്കും തടസ്സവാദങ്ങളോടെ തടഞ്ഞുനിർത്താനാകുന്നില്ല. പിണ്ഡം വെയ്ക്കുമെന്ന ഭീഷണിയെപ്പോലും അയാൾ ലാഘവത്തോടെ എടുത്തു. നിയമനിഷ്ഠമായ രീതികളേയും പോലീസുകാരനായ ഹരികൃ ഷ്ണനേയുമാണ് ശിവശങ്കരൻ അഭിമുഖീകരിക്കുന്നത്. മെഹർനീസയെ വീട്ടിൽ കയറ്റുമെന്ന് ഹരികൃഷ്ണൻ അറിയിച്ചപ്പോൾ ശിവശങ്കരന്റെ എതി ർപ്പിന്റെ നാഡീബലങ്ങൾ ക്ഷയിച്ചു തുടങ്ങി. ബന്ധങ്ങൾക്ക് വസ്തുവില നിശ്ചയിച്ച അയാൾ മനസ്സിന്റെ അലോസരതകളില്ലാതെ ഹരികൃഷ്ണന് ഭാഗം നൽകി പടി അടച്ചു.

മെഹർനീസയെ ഹരികൃഷ്ണൻ വിവാഹം കഴിക്കുന്നില്ല. സുന്നത്തു കഴിച്ച് അബ്ദുള്ളയായി മാറിയ അയാൾ അവളെ നിക്കാഹ് ചെയ്യുന്നു. ആണുംപെണ്ണുമായ രണ്ടു മുസ്ലീംകുട്ടികളുടെ ബാപ്പയുമായി അയാൾ.

അനന്തകൃഷ്ണന്റേയും ശിവശങ്കരന്റേയും ജീവിതത്തിൽ ഹരികൃഷ്ണന്റെ നിഴൽവീഴാതെ വർഷങ്ങൾ കടന്നുപോയി. വഴിയോരങ്ങളിൽവെച്ച് യാദൃശ്ചികമായി കാണുന്ന അനന്തകൃഷ്ണനോട് വട്ടതാടിവെച്ച അബ്ദുള്ള അപരിചിത ഭാവങ്ങളോടെ പെരുമാറി.

നിയന്ത്രണങ്ങളുടെ പ്രത്യാഘാതങ്ങളും പ്രതിരോധങ്ങളുമാണ് അനന്തകൃഷ്ണനേയും ഹരികൃഷ്ണനേയും സൃഷ്ടിക്കുന്നത്. രണ്ടുപേരുടേയും സ്വാഭാവിക വളർച്ചകളും വ്യക്തിത്വങ്ങളും ഇല്ലാതായി. ഒന്ന് രൂപപ്പ കൃതം നഷ്ടപ്പെട്ട് പരുക്കനും ധിക്കാരിയുമായി. മറ്റൊന്ന് ഉൾവലിഞ്ഞ് ഭീരുവും നിസ്സഹായനുമായി.

വ്യക്തികളുടേയും സൗഹൃദങ്ങളുടേയും രക്തബന്ധങ്ങളുടേയും

ആന്തരിക തലത്തെക്കുറിച്ച് അനന്തകൃഷ്ണൻ ചിന്തിച്ചുകൊണ്ടേയിര
ന്നു. മാതൃത്വവും പിതൃത്വവും വാത്സല്യത്തിൽ അവസാനിക്കേണ്ടതും
കൊത്തിയാട്ടി പിരിയേണ്ടതുമാണ്. ചുമത്തപ്പെട്ട ബാദ്ധ്യതകൾ
സാമ്പത്തിക ബന്ധങ്ങളിൽ ഊന്നിയതും മനുഷ്യൻ സൃഷ്ടിച്ചതുമാണ്.
അവ പകരം വെയ്ക്കാവുന്നതും കയ്യൊഴിയാവുന്നതുമാണ്. ജീവിതത്തി
ന്റെ ബാഹ്യമായ കാഴ്ചകളിൽനിന്ന് ആഴങ്ങളിലേക്ക് പ്രവേശിക്കാൻ
അനന്തകൃഷ്ണൻ ശ്രമിച്ചു. വ്യക്തമായ തീരുമാനങ്ങളിലും കാഴ്ചകളിലും
എത്തിച്ചേരാൻ അയാൾക്കു കഴിഞ്ഞില്ല. ജീവിതത്തിന്റെ ഉപരിതല
ത്തിൽ സ്വാത്വികനും ശാന്തനുമായി സഞ്ചരിച്ച അയാൾക്ക്; അച്ഛന്റെ
ആജ്ഞകളെ അനുസരിച്ച നീങ്ങിയ അയാൾക്ക്, യാതൊന്നും തിരിച്ചറി
യാനാകുന്നില്ല. മരിക്കുന്നവൻ അനാവശ്യവസ്തുവായി തീരുകയാണെന്ന്
അനന്തകൃഷ്ണന് ബോദ്ധ്യപ്പെട്ടു. പ്രയോജനശൂന്യനായ മനുഷ്യനിൽനിന്ന്
രക്ഷപ്പെടാനാണ് എല്ലാവരും ശ്രമിക്കുന്നത്. സുരക്ഷിതത്വത്തിന്റേയും
സ്വാർത്ഥതയുടേയും നിലനില്പവാദങ്ങൾ അനാവശ്യമാണ്. കാലത്തി
ന്റെ മാറിയ അവസ്ഥയിൽ ബന്ധങ്ങളെല്ലാം മുതൽമുടക്കിന്റെ വിഹിത
പലിശകളാകുന്നു. ആരും നഷ്ടപ്പെടാവുന്ന സംരംഭത്തിന് ഇറങ്ങുന്നില്ല.
ഇറങ്ങുന്നവർക്ക് അവരുടെ സ്വാർത്ഥ താല്പര്യങ്ങളുമുണ്ടാകും.

ജീവിതത്തിന്റേയും മരണത്തിന്റേയും നടുക്കുകിടന്ന അനന്തകൃഷ്ണന്റെ
മുമ്പിൽ കാലംപോലും നിശ്ചലമാകുന്നു. അയാളുടെ പകലുകൾ വേദനാ
സംഹാരിയുടെ മയക്കത്തിൽ ഇഴഞ്ഞു. രാത്രികൾ ശൂന്യദൃഷ്ടിയോടെ
ഇടയ്ക്കിടെ കൊടുംവേദനകളിലേക്ക് ബോധത്തെ വലിച്ചിട്ടു.

തങ്കഭസ്മത്തിന്റെ ദിവ്യശക്തിയും അഭിചാരദൈവങ്ങളുടെ അമാനുഷി
കതയും അനാവശ്യചെലവുകളും കടബാദ്ധ്യതയുമായി. കാർത്ത്യായനി
മഷിനോക്കിയും അനന്തകൃഷ്ണന്റെ വാർദ്ധക്യത്തിലേക്ക നീളുന്ന ദീർഘാ
യുസ്സിനെ കണ്ടെത്താൻ ശ്രമിച്ചു. പിന്നീട് പ്രേതബാധയെ ഒഴിച്ചിറക്കാൻ
ഉള്ള മന്ത്രതന്ത്രങ്ങൾ രാത്രിമുഴുക്കെ നീണ്ട് പ്ലാവിൻ തടിയിൽ ആവാഹിച്ച
മാരണങ്ങളെ മറുകൺ കാണാതെ പുഴയിലൊഴുക്കി. മകളുടെ വൈധ
വ്യത്തേയും അപശകുനമാകുന്ന ജീവിതത്തേയും ഒഴിവാക്കാൻ അവർ
എന്തിനും തയ്യാറായി.

മരുന്നുകൾക്കും ചികിത്സയ്ക്കും കീഴടങ്ങാതെ രോഗത്തിന്റെ തീക്ഷ്ണ
ബാധയോടെ അനന്തകൃഷ്ണൻ കിടന്നു. മെലിഞ്ഞുണങ്ങിയ അയാളുടെ
ശരീരത്തിൽ പൊള്ളംകുത്തിയ വയർ വിരൂപ കാഴ്ചയായി. പ്രതീക്ഷക
ളില്ലാതെ നിസ്സഹായനായി കിടന്ന അനന്തകൃഷ്ണനിൽനിന്ന് അപൂർവ
മായി വാക്കുകൾ വഴുതി വീണു. അപ്പോഴും അയാൾ പരിതപിക്കാതേയും
പ്രതിഷേധിക്കാതേയും നല്ലവനായി പരിതസ്ഥിതികളോട് ഇടപഴകി.

ജീവിതത്തിന്റേയും ജന്മത്തിന്റേയും അർത്ഥാന്വേഷണങ്ങളും ഇടത ടയാത്ത ചോദ്യാവലികളും അനന്തകൃഷ്ണനെ മരണബോധയോടെ വേട്ടയാടികൊണ്ടിരുന്നു.

ഹരിപ്രിയയെ ആശുപത്രി അന്തരീക്ഷത്തിൽ വിട്ടുമടങ്ങാൻ കാർത്ത്യായനി വിസ്സമ്മതിക്കുന്നെങ്കിലും കൃഷ്ണവേണിയുടെ നിർബ്ബന്ധ ത്തിന് അവർ വഴങ്ങി. ശിവപ്രസാദ് നാട്ടിൽനിന്ന് അമ്മയുമായി ഉടനടി തിരിച്ചെത്തി. ശിവപ്രസാദും കൃഷ്ണവേണിയും ചേർന്ന് അത്യാവശ്യ വസ്തുക്കളും സാധനങ്ങളും വാങ്ങി തയ്യാറെടുപ്പുകളോടെ കാത്തിരുന്നു. ബാദ്ധ്യതയായി ത്തുങ്ങിയ അനന്തകൃഷ്ണൻ കെട്ടിയ താലി ഉപേക്ഷിക്കാൻ നിശ്ചയിച്ച അവർ പെട്ടെന്നു തന്നെ പുതിയ ഒന്ന് ഉണ്ടാക്കി. താലി വലിച്ചെറിയാതെ പേരൂരിലോ, തിരുന്നാവായയിലോ വിശുദ്ധമായി ഒഴുക്കാമെന്ന് കൃഷ്ണവേണിയുടെ ആചാരനിഷ്ഠമായ മനസ്സ് നിർബ്ബന്ധിച്ചു.

പുലർച്ചെ ആരുമറിയാതെ നാടുവിടണമെന്നാണ് അവർ തീരുമാനി ച്ചത്. ആദ്യമായി താലി ഒഴുക്കാനും ക്രിയകൾ ചെയ്യാനും പേരൂരിലേക്ക്. പിന്നെ നാട്ടിലെ രജിസ്റ്റർ ഓഫീസിലും സുഹൃത്തുക്കളുടെ സാന്നിദ്ധ്യ ത്തിലും അമ്പലത്തിലുംവെച്ച് വിവാഹചടങ്ങുകൾ.

യാത്രക്കു തയ്യാറായ കൃഷ്ണവേണി അനന്തകൃഷ്ണന്റെ അനാഥശവത്തെ കണ്ട് അസ്വസ്ഥയായി. കൃഷ്ണവേണി ബന്ധം ഒഴിയുന്നതോടെ ദാമോദര ന്റേയും വീട്ടുകാരുടേയും ശുശ്രൂഷകളും പരിഗണനകളും അവസാനിക്കും. പിന്നീട് അവർക്ക് അനന്തകൃഷ്ണൻ അന്യനായി തീരും.

രാത്രിയുടേയും നിശ്ശബ്ദതയുടേയും ചലനവിശേഷങ്ങളെ ശ്രദ്ധിച്ച കൃഷ്ണവേണി ജീവിതത്തെ മാറ്റിപണിയാൻ നിശ്ചയിച്ചു. അങ്ങനെ പ്രായത്തിന്റെ രഹസ്യാത്മകതയെ ഇറക്കാനും അവൾ തീരുമാനിച്ചു. ദുരിതങ്ങളെ ഏറ്റുവാങ്ങിയ സദാനന്ദനേയും ഒളിച്ചോട്ടത്തിന്റെ അപമാ നങ്ങളേയും നേരിടാൻ അവൾ മടിച്ചതാണ്. നിസ്സഹായതയോട് ധിക്കരിക്കാനും അനന്തകൃഷ്ണന്റെ വിശ്വാസങ്ങളെ തകർക്കാനും അവൾ അമാന്തിച്ചതാണ്. വൈധവ്യത്തിന്റെ വർണ്ണരഹിതമായ വരൾച്ചയും അപശകുനങ്ങളുടെ അപമാനവും അവളെ അവസ്ഥയെ മറികടക്കാൻ പ്രേരിപ്പിച്ചു.

കൃഷ്ണവേണി വിളിച്ചുണർത്തിയപ്പോൾ അത്യാഹിതത്തിന്റെ തിരിച്ചറി വോടെ സദാനന്ദൻ എണീറ്റു. അഴിഞ്ഞ മുണ്ടുടുത്ത് പരിസരബോധത്തി ലേക്ക് മടങ്ങിയ അയാളെ അവൾ വരാന്തയിലേക്ക് നടത്തിച്ചു.

'എന്താ ചേച്ചീ? എന്തുണ്ടായി?'

'എനിക്ക് നിന്നോടൊരു കാര്യം പറയാനുണ്ട്. നീ എന്നോട

ക്ഷമിക്കണം. എന്റെ അവസ്ഥ നീ മനസ്സിലാക്കണം. നിനക്കേ എന്നെ മനസ്സിലാക്കാൻ കഴിയൂ'.

'കാര്യമെന്താണ്?'

സദാനന്ദന്റെ മനസ്സിൽ അപ്പോഴും ഉറക്കത്തിന്റെ മങ്ങലുകൾ നിറ ഞ്ഞുനിന്നു. സ്വപ്നത്തിലെ ശവസംസ്കാരത്തിന്റെ ഇടയ്ക്കുവെച്ചാണ് കൃഷ്ണവേണി അയാളെ വിളിച്ചുണർത്തുന്നത്.

'വിധവയും ആർക്കും വേണ്ടാത്ത ശകുനപിഴയുമായി ജീവിക്കുന്നതി ൽനിന്ന് രക്ഷപ്പെടാൻ ഞാൻ തീരുമാനിച്ചു'.

'എങ്ങനെ?'

'അനന്തേട്ടൻ കെട്ടിയ താലി ഞാൻ വലിച്ചെറിയും. എന്നിട്ട് മറ്റൊരാളെ ഞാൻ വിവാഹം കഴിക്കും'.

ഇതെല്ലാം കൃഷ്ണവേണിയുടെ വിഭ്രാന്തികളാണെന്ന തോന്നലോടെ സദാനന്ദൻ ചോദിച്ചു.

'ചേച്ചി അങ്ങനെ ചെയ്താൽ സന്തോഷിക്കുന്നവനാണ് ഞാൻ. പക്ഷേ ആരാണ് ചേച്ചിയെ സ്വീകരിക്കുക?'

'ഡോക്ടർ ശിവപ്രസാദ്. ഒരു വിധവയുടെ മകനായ അദ്ദേഹം എന്നെ രക്ഷിക്കാൻ തയ്യാറാണ്. അദ്ദേഹത്തിന്റെ അമ്മ സന്തോഷത്തോടെ എന്നെ സ്വീകരിക്കും. ഇന്നു പുലർച്ചെ ഞാനും ഹരിപ്രിയയും ഇവിടെ നിന്നിറങ്ങും. അമ്മയും മകനും ക്വാർട്ടേഴ്സിലുണ്ട്. നാട്ടിലെത്തിയ ഉടൻ ഞങ്ങളുടെ വിവാഹം നടക്കും'.

മനസ്സിന്റെ പിരിമുറുക്കം അയഞ്ഞതോടെ സദാനന്ദന്റെ കയ്യിൽ കൃഷ്ണവേണി അമർത്തിപ്പിടിച്ചു.

'വിധവയായി ജീവിക്കാൻ എനിക്കു വയ്യ. ഇതല്ലെങ്കിൽ ആത്മഹത്യ യാണ് എന്റെ മുമ്പിലുള്ളത്'.

'ചേച്ചി പോകൂ. ഇത് എന്നോ ചെയ്യേണ്ടതായിരുന്നു. മറ്റുള്ളവർക്കും സാമൂഹ്യമാന്യതയ്ക്കും വേണ്ടി ഇതുവരെ നിങ്ങളുടെ ബന്ധം നിലനിന്നു. വൈധവ്യത്തിൽ നിന്നെങ്കിലും ചേച്ചി രക്ഷപ്പെട്ടു. ചെയ്യുന്നത് ശരിയാ ണെന്ന വിശ്വാസമാണ് വേണ്ടത്'.

'അനന്തേട്ടൻ ഇനി?'

'ഏട്ടന്റെ മരണം വരെ ഞാനിവിടെ ഉണ്ടാകും. വേദനയറിയാതെ മനസ്സമാധാനത്തോടെ മരിക്കാൻ വേണ്ടിയാണ് അനന്തേട്ടനെ ഇവിടെ കൊണ്ടുവന്നത്. മരണം കഴിഞ്ഞേ ഞാൻ പിരിയൂ'.

ഉറങ്ങികിടന്ന ഹരിപ്രിയയെ തോളിലിട്ട് സൂട്ട്കേസുമായി കൃഷ്ണവേണി

പടി ഇറങ്ങുന്നത് സദാനന്ദൻ അവിശ്വസനീയതയോടെ നോക്കിനിന്നു. ഡോക്ടർ ശിവപ്രസാദിന്റെ വീട്ടുവരാന്തയിൽ പെട്ടെന്ന തെളിഞ്ഞ വിളക്ക് വാതിൽ അടഞ്ഞതോടെ കെട്ടു. കാറിന്റെ ഇരമ്പം നിശ്ശ ബ്ദതയുടെ പരിവേഷത്തെ തകർത്ത് ഒഴുകിയപ്പോൾ സദാനന്ദൻ ചുറ്റുപാടുകളിലേക്ക് മടങ്ങി. കൃഷ്ണവേണി ജീവിതത്തിന്റെ ദുരൂഹതയും സ്ത്രീത്വത്തിന്റെ അഭിമാനവുമായി അയാളുടെ മനസ്സിൽ വളർന്നു.

അഞ്ച്

കൃഷ്ണവേണി ഡോക്ടർ ശിവപ്രസാദിന്റെ ഭാര്യയായതോടെ കാർത്ത്യായനിയും ആശ്രമപത്രിയുമായുള്ള ബന്ധം മുറിഞ്ഞു. അപമാനഭാരത്തോടെ എത്തിയ ദാമോദരൻ, സദാനന്ദൻ ഇനി ആശ്രമ പത്രിയിൽ താമസിക്കുന്നത് അനാവശ്യമാണെന്ന് എടുത്തുപറഞ്ഞു. മാനഷികതയിലും സഹതാപത്തിലും ഊന്നിയ അയാൾ മറ്റള്ളവരുടെ മനോഭാവങ്ങളെ നിസ്സാരമായി കരുതി. അയാളുടെ മുമ്പിൽ അനന്ത കൃഷ്ണന്റെ അനാഥശവവും അസഹ്യമായ വേദനകൊണ്ടു പിടയുന്ന നിസ്സഹായനായ മനുഷ്യനുമാണ്. വൈധവ്യത്തിൽ നിന്നും അപശകു നമാകുന്ന ജീവിതത്തിൽ നിന്നും കൃഷ്ണവേണിയെ രക്ഷിക്കാൻ പ്രയാസ പ്പെട്ട ദാമോദരൻ ഇപ്പോൾ മകൾ കണ്ടെത്തിയ വഴിയെ അപമാനഭാ രങ്ങളോടെ ശപിക്കുന്നു. വൈധവ്യത്തെ നിരസിച്ച കൃഷ്ണവേണിയുടെ നിലപാടുകൾ സമുദായത്തോടും ആചാരങ്ങളോടുമുള്ള ധിക്കാരവും മാംസത്തിന്റെ സ്വാർത്ഥതയുമായി തീരുകയാണ്. അങ്ങനെ ചിന്തിക്ക മ്പോഴും അവരുടെ ആശ്വാസവാക്കുകളിൽ സമ്പന്നനായ ഡോക്ടറും വർണ്ണശബളമായ മകളുടെ ജീവിതവും കടന്നുവരുന്നുണ്ട്. കലക്കം മാറിതെളിയുമ്പോൾ കൃഷ്ണവേണിയെ കാണണമെന്ന തീരുമാനത്തിൽ അവർ ഒട്ടക്കം എത്തിച്ചേരും. അപ്പോൾ അവർക്ക് മരണം കാത്തുകി ടക്കുന്ന അനന്തകൃഷ്ണൻ അനാവശ്യവും ചിലവഴിക്കലിന്റെ ബാദ്ധ്യതയു മായി തീരുന്നു. കൃഷ്ണവേണി ബന്ധം മുറിച്ചതോടെ മനോനിലകളിൽ നിന്നുപോലും അവർക്ക് അനന്തകൃഷ്ണനെ പുറന്തള്ളാനായി.

സദാനന്ദന് നിർദ്ദയമായി അനന്തകൃഷ്ണനെ ഉപേക്ഷിക്കാനായില്ല.

മാരകരോഗത്തിന്റെ തിരിച്ചറിവിനശേഷം അനന്തകൃഷ്ണന്റെ നിസ്സ
ഹായതയേയും മരണത്തേയും അയാൾ ഉൾക്കൊണ്ടു. അയാൾ
കൃഷ്ണവേണിയേയും മകളെയും ജന്മം മുഴുക്കെ ഏറ്റെടുക്കാൻ തയ്യാറാ
യതാണ്. വേദനകളുടെ പങ്കിടലും മനസമാധാനവും അനന്തകൃഷ്ണന്റെ
അവസാനകാലത്തെ അനുഭവങ്ങളാക്കാൻ സദാനന്ദൻ ശ്രമിച്ചു.
സഹാനുഭൂതിയുടെ തീരുമാനത്തിൽ നിന്നൊഴിഞ്ഞ് അനന്തകൃഷ്ണനെ
വിധിനിശ്ചയത്തിലേക്ക് എറിയാൻ അയാൾക്കു കഴിഞ്ഞില്ല.

മനുഷ്യന്റെ പരിമിതികളെ അറിയിക്കുന്ന ആശുപത്രിയും ജന്മത്തിന്റെ
സ്വാഭാവികതയെ പ്രഖ്യാപിക്കുന്ന മരണവും സദാനന്ദനെ സ്വാത്വിക
നും ആത്മാന്വേഷകനുമാക്കുന്നു. ജീവിതത്തിന്റെ ഉപരിതലത്തേയും
ആന്തരിക വിശേഷങ്ങളേയും കുറിച്ച് അയാൾ വ്യക്തമായ ധാരണയിൽ
എത്തിച്ചേരുന്നു. ആശുപത്രിയിലേക്ക് വരുന്നയവരെ, മരണത്തെ തൊട്ട
റിയുന്നയവരെ, സദാനന്ദന്റെ ജീവിതം ഉണർച്ചകളിലെ ആഘോഷവും
സമൃദ്ധിയുടേയും സമ്പത്തിന്റേയും പിടിച്ചടക്കലുമാകുന്നു. മരണത്തിന്റെ
മുഖാവരണത്തോടെ ജീവിതത്തെ സമീപിക്കുമ്പോൾ പരിമിതികളെ
മറികടക്കുകയും സ്വാർത്ഥതയെ സ്നേഹവായ്പ്പാക്കി തീർക്കുകയുമാണ്
ശരിയായ നിലപാടുകൾ. വസ്തുസമാഹരണത്തിന്റെ വ്യർത്ഥതയിൽനി
ന്നും അനാവശ്യ വ്യവഹാരങ്ങളിൽനിന്നും വേറിട്ട് വ്യക്തിയിൽനിന്ന്
ആൾക്കൂട്ടത്തിലേക്ക് എത്തിച്ചേരണം. അതാണ് ജീവിതത്തിന്റെ
ശരിയായ നിലപാടുകൾ. മിക്കവരും വംശവർദ്ധനവിനും വസ്തുക്കൾക്കും
വേണ്ടി ജീവിക്കുകയും വാർദ്ധക്യത്തിന്റെ പരിഭവങ്ങളോടെ, വസ്തുവിഭ
ജനത്തിന്റെ മനസ്താപങ്ങളോടെ വേർപിരിയുകയുമാണ്.

മരണത്തിന്റെ പരിസരത്തിലേക്ക് മടങ്ങിയ സദാനന്ദന്റെ മുമ്പിലേക്ക്
അനന്തകൃഷ്ണന്റെ അനാഥശവവും ഒറ്റപ്പെടലിന്റെ ദയനീയതയും കടന്നുവ
ന്നു. പ്രായോഗികതയും പ്രയോജനവും നോക്കി മകനെ കയ്യൊഴിഞ്ഞ
ശിവശങ്കരനെ ആശ്രയിക്കാനും ശേഷക്രിയകൾക്കുവേണ്ടി ശവത്തെ
കേരളശ്ശേരിയിൽ എത്തിക്കാനും അയാൾ തയ്യാറല്ല. സദാനന്ദന്റെ
വീട്ടുകാർക്കും അനന്തകൃഷ്ണൻ അന്യനായി. പൊതുശ്മശാനത്തിലെ
അനാഥശവങ്ങളുടെ ബലികർമ്മങ്ങളാണ് സദാനന്ദന്റെ മുമ്പിലുള്ളത്.

കൃഷ്ണവേണിയുടെ ഒളിച്ചോട്ടത്തെക്കുറിച്ച കേട്ട് ഉണ്ണിക്കൃഷ്ണൻമാഷ് പകൽ
തെളിയാൻ കാത്തുനിൽക്കാതെ രാത്രിതന്നെ ആശുപത്രിയിൽ എത്തി.
സദാനന്ദനെ വിളിച്ച് വരാന്തയിലേക്ക് ഇറങ്ങുമ്പോഴും അയാളുടെ മുഖം
ആത്മരോഷംകൊണ്ട് ചുവന്നു.

'അനന്തൻമാഷ് വിവരം അറിഞ്ഞോ?'

'അറിയാനും അറിയാതിരിക്കാനും വഴിയുണ്ട്. ഞാനൊന്നും

പറഞ്ഞിട്ടില്ല. സാഹചര്യത്തിൽനിന്ന് കാര്യങ്ങൾ അനന്തേട്ടന് അറിയാനാകും. അമ്മ അനന്തേട്ടൻ കേൾക്കെ പലതും സംസാരിച്ചി ട്ടുണ്ട്. ഇപ്പോൾ അവരാരും വരുന്നുമില്ലല്ലോ'.

'സദാനന്ദന്റെ ഇനിയുള്ള തീരുമാനമെന്താണ്?'

'അനന്തേട്ടനെ അനാഥനാക്കാൻ എനിക്ക കഴിയില്ല. ഏട്ടന്റെ മരണംവരെ ഞാനിവിടെയുണ്ടാകും. ഏട്ടനെ സമാധാനത്തോടെ മരിക്കാൻ അനുവദിക്കുകയാണാവശ്യം'.

വിശപ്പിന്റേയും ബാല്യത്തിന്റേയും ഓർമ്മകൾ ഉണ്ണികൃഷ്ണൻമാഷിനെ വാചാലനാക്കുകയും സ്നേഹത്തിന്റെ നിഷ്കളങ്കത നിശ്ശബ്ദനാക്ക കയുമാണ്. ജീവിതത്തെ പ്രയോജനവാദത്തിലും വസ്തുക്കളിലും ന്യാ യീകരിക്കാത്ത സൗഹൃദത്തിന്റെ പോയകാലം. അത് പൂർവ്വജന്മത്തി ന്റേയും വരുംജന്മത്തിന്റേയും മികച്ച രേഖകളാകാം. അനനന്തകൃഷ്ണൻ വിരളവും അപൂർവ്വവുമായി ഉണ്ണികൃഷ്ണൻ മാഷോടാണ് മനസ്സ് തുറക്കുക. ഭീരുവിനേയും അടിമയുടെ അനുസരണയേയും നല്ല മനസ്സിന്റെ വിഹ്വ ലതകളേയും അയാൾക്ക് കാണാനായി. ബലിഷ്ണം ഭീകരനമായ അച്ഛന്റേയും സ്വാത്വികന്റെ നന്മയുടേയും ഇടയിൽപെട്ട് ചോർന്നുപോയ ജീവിതം. സമൂഹത്തിലെ ഉന്നതനും ബഹുമാന്യനുമായ അനന്തകൃഷ്ണന്റെ സ്വകാര്യ ജീവിതം കുറ്റബോധംകൊണ്ട് പ്രക്ഷുബ്ധമായി. പ്രതിഷേധങ്ങ ളും പ്രതികരണങ്ങളുമില്ലാതെ അനുസരിച്ച അയാൾ നന്മയുടെ നിറവ കളോടെ തിന്മയുടെ ഭാഗം പിടിച്ചു.

ഇപ്പോൾ അനന്തകൃഷ്ണനെ സന്ദർശിക്കാനും സാന്ത്വനിപ്പിക്കാനുമായി ആരും കടന്നുവരുന്നില്ല. പരിചയക്കാർ മരണകാലവും ശേഷക്രിയയും പ്രതീക്ഷിച്ചിരിക്കുന്നു. അധികാരത്തിന്റെ ഉന്നതങ്ങളെ തേടിയ രാഷ്ട്രീ യക്കാർ വീഴ്ചകളെ പ്രയോജനമാക്കി അനന്തകൃഷ്ണനെ പൂർണ്ണമായും കയ്യൊഴിഞ്ഞു. അവരുടെ ചിന്തകളിൽ സൗഹൃദത്തിന്റെ നനവുകൾപോ ലും നിലനിൽക്കുന്നില്ല.

സദാനന്ദനെ ഉറങ്ങാൻ അനുവദിച്ച് ചുവര ചേർത്തിട്ട കസേരയിൽ ഉണ്ണികൃഷ്ണൻ മാഷിരുന്നു. മോർഫിയയുടെ പിടിമുറുക്കത്തിൽ കിടന്ന അനന്തകൃഷ്ണൻ ആരുടേയും സാമീപ്യം അറിയുന്നില്ല. രോമങ്ങൾ വളർന്ന് പരിക്ഷീണമായ മുഖം മാംസളത വറ്റി വിരൂപമാകുമ്പോഴും അടഞ്ഞ കണ്ണുകളിൽ ലോകത്തോട് വെറുപ്പും പുച്ഛവുമാണ്.

രാത്രി പെയ്ത മഴയുടെ കുളിര് വെയിലിന്റെ ചൂടേറ്റ പതുക്കെ അലിഞ്ഞു തുടങ്ങി. നഗരം ജനനമരണങ്ങളില്ലാത്ത ജന്തുവിനെപ്പോലെ അസ്വസ്ഥ തകളോടെ മുരണ്ടുകൊണ്ടിരുന്നു.

ജീവകാരുണ്യം

പതിവുപോലെ പത്രം വാങ്ങിച്ചെത്തിയ സദാനന്ദൻ ദിനകൃത്യങ്ങളുടെ ഭാഗമായി അനന്തകൃഷ്ണനെ വാർത്തകൾ കേൾപ്പിക്കാൻ തയ്യാറായി. വായനക്കിരുന്ന സദാനന്ദനെ വികൃതമായ മുഖഭാവങ്ങൾകൊണ്ട് അനന്തകൃഷ്ണൻ തടഞ്ഞു.

ഇപ്പോൾ ദ്രാവകങ്ങൾപോലും വളരെ പ്രയാസപ്പെട്ടാണ് അനന്ത കൃഷ്ണൻ ഇറക്കുന്നത്. ഇടവിട്ട ദിവസങ്ങളിൽ ഗ്ലൂക്കോസും സലൈനും ഭക്ഷണപദാർത്ഥങ്ങളായി ഞരമ്പുകളിലേക്ക് പ്രവഹിച്ചു. വേദനാസം ഹാരികൾ ഒഴികെ മറ്റ് ചികിത്സകളെല്ലാം ഡോക്ടർ അവസാനിപ്പിച്ചി രിക്കുന്നു.

പ്രഭാതത്തിന്റേയും ജീവിതത്തിന്റേയും ചലനങ്ങളേയും നിറഭേദങ്ങളേ യും കണ്ടപ്പോൾ അനന്തകൃഷ്ണന്റെ കണ്ണുകൾ താനേ നിറഞ്ഞു. വിട്ടുപിരി യലിന്റെ നേരമാണെന്ന അറിവ് തീരാദുഃഖമായി അയാളുടെ മനസ്സിൽ വ്യാപിച്ചു. എവിടേയ്ക്കാണെന്ന് അറിഞ്ഞിരുന്നെങ്കിൽ അനന്തകൃഷ്ണൻ ആശ്വാസത്തോടെ പുഞ്ചിരിക്കും. മരണം ദുരൂഹവും സങ്കീർണ്ണവും അജ്ഞാതവുമായി നിലനിൽക്കുകയാണ്. മരണം സ്വാഭാവികമാ ണെന്നും വേഷംമാറലിന്റെ ഇടക്കമാണെന്നുമുള്ള വ്യാഖ്യാനങ്ങളെ അനന്തകൃഷ്ണന് അറിയാം. മരണത്തിന്റെ മുമ്പിൽ എല്ലാ അറിവുകളും കണ്ടെത്തലുകളും പരാജയപ്പെടുന്നു. എല്ലാം അനാവശ്യവും അർത്ഥര ഹിതവുമാകുന്നു. ഒന്നുമില്ലായ്മയിലേക്ക് കടന്നുചെല്ലുന്നത് ഒന്നുമില്ലായ്മ യില്ലൂടെയാണ്. അവിടെനിന്നാണ് യാത്ര പുറപ്പെട്ടതും.

മരണത്തിന്റെ വരവുകാത്തു കിടന്നപ്പോഴും അനന്തകൃഷ്ണന് വ്യക്ത മായ നിഗമനങ്ങളിലും തിരിച്ചറിവിലും എത്തിച്ചേരാനായില്ല. അയാളുടെ ജീവിതചിന്തകൾ നിർവ്വചനങ്ങളില്ലാതെ തുടരുകയാണ്. ബന്ധങ്ങള ടേയും അധികാരത്തിന്റേയും തലങ്ങളെക്കുറിച്ച് അയാൾക്ക് പുത്തൻ ഉൾക്കാഴ്ച ലഭിച്ചു. സ്വാർത്ഥനായ മനുഷ്യൻ എവിടേയും സംതൃപ്തിയും സുരക്ഷിതത്വവും തേടുകയാണ്. രോഗിയും പ്രയോജനരഹിതനുമായ അനന്തകൃഷ്ണൻ ഭാരവും ദുർവ്യയവുമാകുമ്പോൾ മറ്റുള്ളവരുടെ ചിന്തക ളിൽ നിന്നുപോലും അയാൾ പുറന്തള്ളപ്പെടുന്നു. അധികാരവും വസ്തു ക്കളും സാമൂഹ്യമാന്യതയും മരണത്തിന്റെ മുമ്പിൽ നിസ്സാരമാകുന്നു. അവയ്ക്കുവേണ്ടിയുള്ള ജീവിതവും അനാവശ്യമാകുകയാണ്. വ്യർത്ഥതയെ തിരിച്ചറിഞ്ഞ അനന്തകൃഷ്ണൻ മറ്റൊന്നിനെ കണ്ടെത്താനും വ്യാഖ്യാനി ക്കാനും അശക്തനാണ്.

മരണത്തിന്റെ സജീവസാന്നിദ്ധ്യത്തോടെ ജീവിതത്തെ മനസ്സി ലാക്കിയ അനന്തകൃഷ്ണൻ വേഷംമാറി വിലസുന്ന മനോരോഗികളെ എവിടേയും കാണുന്നു. ജീവിക്കുന്നവർ അനവധി മനോരോഗങ്ങളുടെ

          ജീവകാരുണ്യം

കേന്ദ്രമാണ്. അധികാരവും വിഷയാസക്തിയും പണവും ഉദ്യോഗവും വസ്തുക്കളും മനോരോഗമായി മനുഷ്യരെ വശീകരിക്കുന്നു. ആരും ജീവി തത്തിന്റെ ആവശ്യത്തേയും ലക്ഷ്യത്തേയും അറിയുന്നില്ല. ഉപരിതല ത്തെ ആഴമായി കരുതി യാഥാർത്ഥ്യത്തിൽ എത്തിച്ചേരുകയാണ്. മനോരോഗികളുടെ വിഭ്രാന്തികൾ ക്രമേണ ശരീരരോഗമായി തീർന്ന് മരണത്തിലേക്ക് പ്രവേശിക്കും. അപ്പോഴും വസ്തുക്കളേയും ബന്ധങ്ങ ളേയും കെട്ടിപ്പിടിക്കുന്ന അവർ വിട്ടുപിരിയാൻ മടിച്ച് ജീവിതത്തിൽ പിടിച്ചുതൂങ്ങും.

അനന്തകൃഷ്ണനും മനോരോഗിയായി രാഷ്ട്രീയത്തിന്റേയും അധികാ രത്തിന്റേയും വശീകരണത്തിലായിരുന്നു. ശരീരത്തിലേക്ക് രോഗം ബാധിക്കുന്നതുവരെ ജീവിതത്തേയും മരണത്തേയും കുറിച്ച ചിന്തി ക്കാതെ വ്യവഹാരകാലത്തിന്റെ മാന്ത്രികതയ്ക്ക് കീഴടങ്ങി അയാൾ ജീവിച്ചു. ജീവിതത്തിന്റെ ആത്മീയഭാവങ്ങളെ തിരിച്ചറിയുമ്പോഴേയ്ക്കും അനന്തകൃഷ്ണൻ തളർന്നവശനായി.

ഇപ്പോൾ അനന്തകൃഷ്ണന് ആളുകളേയും വസ്തുക്കളേയും വ്യക്തമായി തിരിച്ചറിയാനാകുന്നില്ല. മങ്ങിയ രൂപങ്ങളും വസ്തുക്കളും പുറപ്പെടുവിക്ക ന്ന പരിചിതശബ്ദങ്ങളും ഗന്ധങ്ങളും തിരിച്ചറിവുകളെ നൽകുന്നു.

ഭാര്യയുടെ തുടർച്ചയായ അകൽച്ചയും അർദ്ധമയക്കത്തിലേക്ക് വന്നുവീണ മറ്റുള്ളവരുടെ വാക്കുകളും വൈധവ്യത്തിൽനിന്ന് രക്ഷപ്പെട്ട കൃഷ്ണവേണിയെ കുറിച്ച് അനന്തകൃഷ്ണനെ ബോദ്ധ്യപ്പെടുത്തി. പ്രത്യാശയും പരിഭവങ്ങളുമില്ലാതെ ഒറ്റപ്പെട്ട പുത്തൻ അവസ്ഥയേയും അയാൾ സ്വീക രിച്ചു. കൃഷ്ണവേണി തീവ്രമായ അനുഭവമോ ഓർമ്മയോ ആയി അയാളുടെ ജീവിതത്തിലേക്ക് കടന്നുവരുന്നില്ല. ശിവശങ്കരനും അമ്മയും ഹരികൃഷ്ണ നും വസുന്ധരയും അധികാരവും എല്ലാം അയാളുടെ ചിന്തകളിൽനിന്ന് വഴിപിരിഞ്ഞു. ജീവിതത്തിന്റെ വ്യാജമായ അനുഭവങ്ങളും മരണത്തിന്റെ സത്യബോധനങ്ങളുമാണ് അനന്തകൃഷ്ണന്റെ മുമ്പിലുള്ളത്. മനോരോഗ ത്തിൽനിന്ന് ശാരീരികരോഗത്തിലേക്കും അങ്ങനെ മരണത്തിലേക്കും പ്രവേശിക്കുമ്പോഴും ജീവിതത്തിന്റെ ദുരൂഹത അജ്ഞാതമായി ശേഷി ക്കുന്നു.

വ്യാമോഹങ്ങളും ചിന്തകളുമില്ലാതെ മരണത്തെ സ്വീകരിക്കാനാണ് അനന്തകൃഷ്ണൻ ഇഷ്ടപ്പെട്ടത്.

അവ്യക്തമായ നിഴൽ മനുഷ്യഭാവങ്ങളണിഞ്ഞ് കുനിഞ്ഞുനിന്നപ്പോൾ അനന്തകൃഷ്ണൻ ആളെ തിരിച്ചറിയാൻ വിഫലമായി ശ്രമിച്ചു.

'എന്നോട് പ്രത്യേകമായി എന്തെങ്കിലും പറയാനുണ്ടോ?

ഞാനെന്തെങ്കിലും ചെയ്യണോ?'

കേട്ടുപഴകിയ ശബ്ദങ്ങളിൽനിന്ന് ഉണ്ണികൃഷ്ണൻമാഷിനെ തിരിച്ചറിഞ്ഞ അനന്തകൃഷ്ണൻ സൗഹൃദത്തിന്റെ ഓർമ്മയോടെ പുഞ്ചിരിച്ചു.

'ഒന്നിനെ കുറിച്ചും അനന്തൻമാഷ് ചിന്തിക്കരുത്. ശാന്തനായി മനസ മാധാനത്തോടെ കിടന്നോളൂ. ഞങ്ങൾ ഇവിടെ തന്നെയുണ്ട്".

ഉണ്ണികൃഷ്ണൻമാഷിന്റെ ഒരു രാത്രിയുടെ ശേഷിപ്പായ ഉറക്കം നിരാധാ രമായ ജീവിതവുമായി കെട്ടുപിണഞ്ഞു കിടന്നു. സദാനന്ദൻ ഉറങ്ങാൻ നിർബ്ബന്ധിച്ചെങ്കിലും അയാൾ വികാരങ്ങളും വിചാരങ്ങളുമായി കസേര യിൽതന്നെ ഇരുന്നു. പത്രം അലസമായി മറിച്ച് വലിച്ചെറിഞ്ഞ സദാന ന്ദൻ അനന്തകൃഷ്ണന്റെ അനാഥശവത്തിലേക്കും ശേഷക്രിയകളിലേക്കും മടക്കംവെച്ചു.

അനന്തകൃഷ്ണൻ വേദനാസംഹാരികൾ കഴിച്ച് മയങ്ങിയതോടെ ഉണ്ണി കൃഷ്ണൻമാഷിന്റെ മുമ്പിലേക്ക് സദാനന്ദൻ പ്രശ്നത്തിന്റെ കുരുക്കുകളെ എടുത്തിട്ടു.

'ഏട്ടന് ഇനി അധിക ദിവസങ്ങളില്ല. ഏട്ടന്റെ മരണത്തെക്കുറിച്ച ചിന്തിക്കുമ്പോൾ അവസാനിക്കാത്ത പ്രശ്നങ്ങളാണ് എന്റെ മുമ്പിൽ കടന്നുവരുന്നത്. എന്തുചെയ്യണമെന്നറിയാതെ കുഴങ്ങുകയാണ് ഞാൻ'.

'എന്താണ് പ്രശ്നം?'

'ഏട്ടൻ അനാഥനായി മരിക്കുകയാണ്. ഏട്ടന്റെ ശവത്തെപ്പോലും ബന്ധുക്കൾക്ക വേണ്ട. ഏട്ടന്റെ ശവത്തെ എവിടെ എത്തിക്കണമെന്ന പോലും എനിക്കറിയില്ല.'

പരാധീനതകൾക്ക് ആശ്രയമായും ബാല്യത്തിന്റെ സജീവ ഓർമ്മയാ യും നിന്ന അനന്തകൃഷ്ണനെ കണ്ട് ഉണ്ണികൃഷ്ണൻമാഷ് ഒച്ചയിട്ടു പറഞ്ഞു:

'അനന്തൻമാഷിനു കിടക്കാൻ എന്റെ വീട്ടുവളപ്പിൽ സ്ഥലമുണ്ടാകും. നിനക്കറിയില്ല സദാനന്ദാ, അനന്തൻ ഇല്ലെങ്കിൽ ഞാൻ എന്നോ ആത്മഹത്യ ചെയ്തേനെ. എന്റെ ജീവിതം അനന്തൻമാഷിന്റെ ഔദാര്യമാണ്. അയാളുടെ മഹാമനസ്കതയിലാണ് ഞാൻ വളർന്നതും ജീവിക്കുന്നതും'.

ഭർത്താവിനെ അവമതിച്ച കൃഷ്ണവേണിയോട്ടുള്ള വെറുപ്പിനെ സദാനന്ദനുമായി പങ്കുവെയ്ക്കാൻ ഉണ്ണികൃഷ്ണൻമാഷ് തയ്യാറായില്ല. വിധവയുടെ ദുരിതങ്ങളേയും വർണ്ണരഹിതമായ ജീവിതത്തേയുംകുറിച്ച് ബോദ്ധ്യമുണ്ടെങ്കിലും അതെല്ലാം വിധിയാണെന്നും പൂർവ്വജന്മ കർമ്മ ഫലമാണെന്നും അയാൾ വിശ്വസിച്ചു. മനുഷ്യനിശ്ചയങ്ങളെ മറികടന്ന

ദൈവനിശ്ചയമാണ് വിവാഹമെന്നും അവയെ ലംഘിക്കുക ദൈവത്തെ ധിക്കരിക്കലാണെന്നും അയാൾ കരുതി.

പിന്നീട് പ്രകടമായ വ്യത്യാസങ്ങളൊന്നുമില്ലാതെ മൂന്നുദിവസം നിർവ്വികാരനും നിശ്ചലനുമായി അനന്തകൃഷ്ണൻ കിടന്നു. നാട്ടിലേക്കും വിദ്യാർത്ഥികളിലേക്കും മടങ്ങാത്ത ഉണ്ണികൃഷ്ണൻമാഷും അത്യാഹിത ത്തിന്റെ സൂചനകളെ ഉൾക്കൊണ്ട സദാനന്ദനും രാത്രിപകലുകൾ അറിയാതെ അനന്തകൃഷ്ണന്റെ ശ്വാസചലനങ്ങളെ നിരീക്ഷിച്ചുകൊണ്ടി രുന്നു. അവരുടെ മുമ്പിൽ മരണം അദൃശ്യ സാന്നിദ്ധ്യവും പൊട്ടന്നനെ വരുന്ന അനുഭവവുമായി.

അപ്പൂർവ്വമായി കണ്ണുതുറക്കുന്ന അനന്തകൃഷ്ണൻ ഭൂമിയിലെ പരിചിത ഗന്ധങ്ങളേയും ശബ്ദങ്ങളേയും അസാധാരണ സിദ്ധിയോടെ പിടിച്ചെ ടുത്തു. അയാളുടെ വിചാരങ്ങളിൽ ലോകജീവിതം നിസ്സാരമാകുകയും മരണാന്തര ലോകവും സങ്കീർണ്ണചോദ്യങ്ങളും ഉയിർത്തെണീക്കുകയു മാണ്. മയക്കത്തിൽനിന്നും ഉറക്കത്തിൽനിന്നും മനസ്സിന്റെ പെരുമാറ്റ സംഹിതകളിലേക്ക് മടങ്ങുന്ന അയാൾ ജീവിതം എന്താണെന്നും എന്തി നാണെന്നും നിരന്തരം ചോദിച്ചുകൊണ്ടിരുന്നു.

വാർദ്ധക്യവും യൗവ്വനവും സഹജവാസനകളും ഒരിക്കലും മനുഷ്യൻ സൃഷ്ടിക്കുന്നതല്ല. എല്ലാ സ്വാഭാവിക രീതികളും വികാസപരിണാമങ്ങ ളുടെ തുടർച്ചകളുമാണ്. അബദ്ധധാരണകളും വികലമായ കാഴ്ചകളുമായി ജീവിക്കുന്ന മനുഷ്യൻ ഇരതേടലിന്റേയും വംശവർദ്ധനവിന്റേയും മൃഗീയ തയാണ്. ശേഖരിക്കലിൽനിന്ന് വിതരണത്തിലേക്കും സ്വാർത്ഥതയി ൽനിന്ന് നിസ്വാർത്ഥതയിലേക്കുമാണ് എത്തിച്ചേരേണ്ടത്.

ജീവിതത്തിന്റെ നിഷ്ഫലതയെക്കുറിച്ച് ചിന്തിച്ച് അസഹ്യമായ വേദന സഹിച്ചുകിടന്ന അനന്തകൃഷ്ണൻ ഇടയ്ക്കിടെ ബോധശൂന്യതയിലേക്കും തെളിയുന്ന പ്രജ്ഞയിലേക്കും മാറിമാറി സഞ്ചരിച്ചു. ഞരമ്പുകളിലേക്ക് ഒഴുകിയ ഗ്ലൂക്കോസ്സിലേക്ക് രക്തത്തിന്റെ ചുവപ്പുരാശി പടർന്നപ്പോൾ സദാനന്ദൻ ഡോക്ടറെ വിളിച്ചുവരുത്തി. കൈത്തണ്ടയിൽ നിന്ന് സൂചിമുന മാറ്റിയ ഡോക്ടർ ഭാവഭേദങ്ങളില്ലാതെ പറഞ്ഞു:

'ഇനി അധിക സമയം ഉണ്ടാവില്ല. വേണ്ടപ്പെട്ടവരെ ഉടനടി വിവര മറിയിക്കൂ'.

ഉണ്ണികൃഷ്ണൻ മാഷും സദാനന്ദനും മാത്രമാണ് ഇപ്പോൾ അനന്തകൃഷ്ണ ന്റെ വേണ്ടപ്പെട്ടവർ. അയാളെ കയ്യൊഴിച്ചവർ പ്രയോജനരഹിതമായ നഷ്ടപ്പെടലുകൾക്ക് തയ്യാറല്ല. മരണബോധവും പരിസരബോധവുമില്ലാ ത്ത മനുഷ്യൻ ഭൂമിയുടെ അവസാനംവരെ ജീവിക്കാൻ ഒരുങ്ങുകയാണ്.

ജീവിതത്തിന്റെ നിയമാവലികൾ വസ്തുക്കൾക്കും വ്യാഖ്യാനങ്ങൾക്കും കീഴടങ്ങാതെ വേർപാടിന്റെ നീതിശാസ്ത്രത്തെ നടപ്പിലാക്കുന്നു. ജീവിതം എന്താണെന്നും എന്തിനാണെന്നും അറിയാത്തവർ മനോരോഗങ്ങളിൽനിന്ന് ശാരീരിക രോഗങ്ങളിലേക്ക് പ്രവേശിച്ച് മരിച്ചു പിരിയുന്നു.

പിന്നീട് ബോധത്തിന്റെ ഇടവേളയിലേക്ക് മടങ്ങിയ അനന്തകൃഷ്ണൻ അവ്യക്തമായി ഉണ്ണികൃഷ്ണൻമാഷിന്റെ വാക്കുകൾ കേട്ടു.

'മനസ്സ് എന്താഗ്രഹിക്കുന്നുവോ അതിനെ വിചാരിച്ച് ഈശ്വരനെ പ്രാർത്ഥിക്കുക. വരുംജന്മത്തിൽ അതെല്ലാം നടപ്പിലാകും'

ബോധശൂന്യതയിലേക്ക് വീണുകൊണ്ടിരുന്ന അനന്തകൃഷ്ണൻ അജ്ഞാനത്തിന്റെ നെഞ്ചുനിറവോടെ പ്രാർത്ഥിച്ചു.

'ആകാശത്തിന്റേയും ഭൂമിയുടേയും രഹസ്യമെന്തോ, സ്വർഗ്ഗനരകങ്ങളുടേയും ജനനമരണങ്ങളുടേയും സത്യമെന്തോ, അതെല്ലാം എന്റെ മുമ്പിൽ തെളിയേണമേ. സത്യത്തേയും അസത്യത്തേയും തിരിച്ചറിയാൻ കഴിയേണമേ. അജ്ഞാനത്തിൽനിന്ന് ജ്ഞാനത്തിലേക്കും ജ്ഞാനത്തിൽനിന്ന് പ്രകാശത്തിലേക്കും എന്നെ പ്രവേശിപ്പിക്കേണമേ. ഇല്ലാത്തതിനെ തിരസ്ക്കരിക്കാനും ഉള്ളതിനെ സ്വീകരിക്കാനും എനിക്ക കഴിയേണമേ. വരും ജന്മത്തിലെങ്കിലും ജീവിതം എന്താണെന്നും എന്തിനാണെന്നും അറിയേണമേ....'

അനന്തകൃഷ്ണൻ വീണ്ടും വീണ്ടും പ്രാർത്ഥിച്ചുകൊണ്ടിരുന്നു. അങ്ങനെ പ്രാർത്ഥിച്ചുകൊണ്ടിരിക്കെ.....

  ജീവകാരുണ്യം